కృతి సమర్పణము

సీ॥ ఎవ్వాఁడు కనుమూసి యీక్షించు జగముల
మౌనియై యెవ్వాఁడు మాటలాడు

ఉండియు లేకయు నొకభంగి నెవ్వాఁడు
శిష్యకోటికి జ్ఞాన శిక్ష గఱపు

పలికించు మూఁగచేఁబరమార్థ మెవ్వాఁడు
గంగా ప్రవాహ వాగ్ధాటి మ్రోయ

వేదార్థ మెవ్వాఁడు వివరించి గీతకు
విజ్ఞాన భాష్యంబు వెలయఁజేసె

గీ॥ అట్టి మహనీయ గురుఁడు చల్లాన్వయుండు
కృష్ణమూర్తిక సద్భక్తిఁగేలు మోడ్చు
తత్కృపాలబ్ధ విద్యకు దర్పణముగఁ
గృతి సమర్పణ జేతు సుకృతి ఫలింప॥

- గ్రంథకర్త

కృతి భర్త
"అనుగత వైజ్ఞానిక"
బ్రహ్మశ్రీ చల్లా కృష్ణమూర్తి శాస్త్రిగారు

'ఆంధ్ర పురాణ బాదరాయణ' 'కళాప్రపూర్ణ'
మధునాపంతుల సత్యనారాయణశాస్త్రి

శ్రీ గీతము

తనువుగల వేళఁ బండిన తమలపాకు
తత్త్వ దృష్టికిఁ గొండొక తామరాకు
వ్యాస హృదయమ్ముఁ జొచ్చి సమాసచర్చ
నఖిల ధీవల్లికవుడు మాఱాకు హత్తు.

కృష్ణగురుని వంశీరావ కేళిఁదేలి
శ్రీ మహాభారత సమీక్షఁ జేసికొనుచు
అన్నవిజ్ఞాన కృతికిఁ బ్రాణాతిశాయి
మానసము నిచ్చి యానందమహము నందె

మాంసలము వ్యాసభావనా మధుమయమ్ము
స్వాంశ మాకృతిగా సమీక్ష యిది వ్రాసి
పాశమోచని కంఠిమ శ్వాస మొసఁగె
తిరుమల శ్రీనివాస సుధీవరుండు.

మధునాపంతుల
సత్యనారాయణశాస్త్రి

రాజమండ్రి

ఆచార్య శ్రీ తూమాటి దొణప్ప
వైస్ ఛాన్సలర్
తెలుగు విశ్వవిద్యాలయం
ఆంధ్రప్రదేశ్ - హైదరాబాదు

'గురోర్వచన వరౌషధమ్'

శ్రీ శ్రీమత్తిరుమల వేంకట శ్రీనివాసాచార్యులుగారు విద్యా విమలానందులు; విశిష్య శిష్య జన వత్సలులు. వారి చూపు గతానుగతికం కాదు. వారి ఆలోచనా లోచనాల భూమిక వేరు; అది అందరకూ అందనిది. వారి ఆవిష్కరణ విధానం వేరు; అది అందరకూ అబ్బనిది. అతి గహనమైన అంశాలను అలవోకగా, అవలీలగా విప్పి చెప్పగల నేర్పు వారికి వెన్నతో పెట్టిన విద్య. ఇంతా చేసి, ఇదంతా గురుకృప అనడం వారి అలవాటు: వారి విద్యాతపోలబ్ధ వినయ వృత్తికీ ప్రవృత్తి గీటురాయి. వారి ఊహాపోహలం ఉపపత్తి సంపత్తి, ఉక్తి వైచిత్రి అనితర సాధ్యాలు.

అచ్చంగా వారిది వినూత్న దృష్టి: విశిష్ట సృష్టి. వారి రచనా విన్యాసం సాధుబంధపదన్యాసం. వారు ఏయే విద్యలు నేర్చారో, ఏయే శాస్త్రాలు చదివారో గాని, సకల విద్యల, సర్వ శాస్త్రాల సారం తెలిసిన సారమతులని మాత్రం వారి చర్చా వైఖరిని బట్టి చెప్పవచ్చు.

నన్నయ గారి రచన నట్టడివిని నట్టుపడినట్టు అపూర్వంగా సాగిన శ్రీమాన్ శ్రీనివాసాచార్యుల వారి ఈ భారత సమీక్ష నడమంతరంగా ఆగిపోయింది. ఇది వారు తీర్చిన మార్గం. శేషం తద్వత్. ఈ మార్గం పట్టి కావ్య రసానంద పథికులు పరమ రమ్యమైన గమ్యం చేరుకోగలరు.

బహుకాలంగా అసూర్యంపశ్యగా ఉంటూ వచ్చిన ఈ కృతి రత్నాన్ని ఈ నాటికైనా వెలుగునకు తెచ్చిన ప్రకాశకులు తెలుగుల మెచ్చికోలునకు పాత్రులు.

—తూమాటి దొణప్ప

కృతజ్ఞతలు

శ్రీ తిరుమల శ్రీనివాసుని సంకల్పబలమే యీ గ్రంథమిట్లు రూపొందుటకు కారణము. ఆయన కరుణా కటాక్ష వీక్షణ ప్రసార కారణముగ ముద్రణ భాగ్యమందుటకు సహకరించిన సహృదయులందరకు ప్రణామములు.

★ ★ ★

"ప్రారబ్ధముత్తమ గుణా నపరిత్యజన్తి" అనుసూక్తి కుదాహరణ భూతులై ఈ గ్రంథ ముద్రణమునకు అడుగకుండగనే వెయ్యినూట పదహారు రూపాయలు తెచ్చి యిచ్చిన వితరణ శీలి, సత్యవాక్పరిపాలనా వదాన్యమూర్తి మహారాజశ్రీ పెన్మెత్స సత్యనారాయణరాజు (పె. స. రా., భీమవరం) గారికి.

"శ్రీగీతము" నాలపించిన కవిచంద్రులు శ్రీ మధునాపంతుల సత్యనారాయణ శాస్త్రి గారికి.

"గురోర్వచన మౌషధమ్"ను అందించిన విద్వాంసులు, తెలుగు విశ్వవిద్యాలయము ఉపాధ్యక్షులు శ్రీ తూమాటి దోణప్ప గారికి.

మా నాన్నగారి ఆప్తకోటికి చెందిన గుంటూరు జిల్లా నంబూరు వాస్తవ్యులు, సజ్జన శ్రేష్ఠులు డాక్టర్ తులం సాంబశివరావు గారికి.

నా యీ ప్రచురణ ప్రయత్నమును విందు మనసుతో ఆశీర్వదించిన పూజ్యురాలు నా మాతృమూర్తికి, ప్రోత్సహించి సహకరించిన సోదరులు శ్రీ రాఘవ, ఆచార్య తిరుమల, శేషు, వాసులకు

నా హృదయ పూర్వక కృతజ్ఞతా కుసుమాంజలులు

ప్రకాశకులు

యస్. టి. వి. రాజగోపాలాచార్యులు

విజ్ఞప్తి

శ్రీ గురుభ్యోనమః

శ్లో॥ శ్రీమత్త్రిర్మల రాఘవార్య హృదయాంభోరాశి రాకాశశిమ్
ప్రజ్ఞానాంబర భాస్కరం శుభకరం వాత్సల్య వారాన్నిధిం
శ్రీమద్భారత గర్భతత్త్వ విలసద్విజ్ఞాన సంపత్కరం
సేవ్యేఽస్మద్గురులోక రత్నమకుటం శ్రీ శ్రీనివాసం సదా॥

సహృదయా !

ఈ గ్రంథకర్త మా తండ్రి గారు. ఆయన తమ జీవితంలో సాధించిన వైజ్ఞానిక సంపద ఆధారముగా తుది దశలో ఈ గ్రంథ రచనము ప్రారంభించారు. ఆయన పరమపదించునాటికి ఇదిగో ఈ పుస్తకమంతటి రచన సాగినది. ఆయన తన రచనను అచ్చులో చూడవలెనని ఎప్పుడూ ముచ్చట పడలేదు. కానీ భారతీయ సాంస్కృతిక ప్రాభవమునకు మూలకందమైన మహా భారతము నందలి వైదిక రహస్యములను భేదించి భారతము యొక్క పంచమ వేద స్వరూప నిరూపణము చేసి, భారతము కేవలము కురుపాండవ సంగ్రామ కథగా గాక ప్రతివ్యక్తి యొక్క స్వస్వరూప కథనముగా తెలియబరచి దాని ఆచరణ యోగ్యతను ప్రకటించుట ఆయన తలంపు ఆయన ఆశయము మొదటి ప్రకరణముననే తెలియును.

ఈ గ్రంథమును నిష్పక్షపాత వైఖరితో చదివిన యెడల ఇదొక మహాశ్చర్యకర విషయముగ గుర్తింపబడకపోదు. అందులకు సారస్వత మూర్తులు, సత్యధర్మ ప్రియులు అయిన సమకాలీన విద్వత్కవి బృందము యొక్క ప్రత్యక్ష శిరఃకంపమే సాక్ష్యము. ఋషివంటి మా తండ్రిగారి మహత్తర హృదయాశయమును అందించుటయే మా లక్ష్యము.

ఈ సృష్టి దృష్టికి సహజముగ దోషము గలదు. కాదనము. కానీ ఈ గ్రంథమున ఏవేని నెరసులున్నచో అవి మావి. దోషగ్రహణ విషయమున గూడ సహృదయతనే ఆకాంక్షింతుము. ఈ గ్రంథకర్త జగత్ప్రసిద్ధులు కాదు. రసైక సిద్ధులు. సూర్యరశ్మి యందు చీకటుండునా!

లోక వ్యవహారమును దృష్టిలో నుంచుకొని కోరిన మా కోరిక మేరకు మా తండ్రిగారు ఈ రచనమును సరళ గ్రాంథిక భాషలోనే నిర్వహించిరి. ఆయన గతించి మూడేండ్లయినది. ఆంధ్ర మహాభారతమునకు నన్నయవలె నాయనగారి రచనము కూడ అసంపూర్ణముగానే మిగిలినది. అయినను, గావించిన ఈ రచనము బీజవద్బీజము. దీని నాధారముగా జేసికొని భవితవ్యమున శాఖోపశాఖలు విస్తరించవలెనని మా ఆశయము. ఇది భారతము యొక్క అంతరార్థ దర్శనము కాదు, పరమార్థ సందర్శనము. అటులనే ఇది తాత్త్వక వీక్షణము కాదు, "తత్త్వమసి" నిరూపణము.

ఇక, ఈ గ్రంథనామము మా వాగ్విలాసమే కాని మా తండ్రిగారి మందహాస విన్యాసమైనను కాదు. గ్రంథ శీర్షిక యందలి 'వైజ్ఞానిక' శబ్దము భౌతిక విజ్ఞాన శాస్త్ర సంబంధి కాదు వైదిక విజ్ఞాన గ్రంథి. అటులనే 'సమీక్ష' శబ్దమును సంధించడమైనది. అది సహృదయైక సంగ్రహణ ప్రతిపాదనమే కదా!

పరమ తాత్త్వికులు, పరమ సాత్త్వికులు అయిన మా తండ్రి గారికి ఈ గ్రంథ ముద్రణముతో అపచారమే గావించితిమో, ఉపచారమే గావించితిమో తెలియుట లేదు కాని భారతీయ వాఙ్మయమున కొక బంగారపుటంచును తొడిగినామని మాత్రము సంబరపడుచున్నాము.

అక్షర రూపమున దివ్యశక్తి అవతరణమైనది. ఆత్మోద్ధరణ మవశ్య కర్తవ్యము. ప్రయత్నింపుము.

ఓం తత్ సత్.

విదేయుడు

భీమవరం

యస్. టి. వి. రాజగోపాలాచార్యులు

వ్యాస మునీశ్వరుండు జయభారతమున్ వచియింప దాని వి
ఘ్నేశుఁడు వ్రాసినాడటగదే ! అలనా; డిపుడట్లె మీరలా
వ్యాస నిగూఢ తత్త్వ హృదయంబు సమీక్ష నొనర్చుచుండ; నా
కే సమకూరె గాదె లిఖియించెడి భాగ్యము. తండ్రి ధన్యుఁడన్.

యస్. టి. వి. రాజగోపాలాచార్యులు

సంకేత పద వివరణ సూచిక

విషయసూచిక

అవతారిక

క॥ ఏ రీతిఁ దలఁచు వారికి
నా రీతిగఁ దోఁచు నీశ్వరాస్తిత్వచమ
త్కారము నాత్మజ్ఞులు లో
నారసి గ్రహియింత్రు పరమమగు సత్యంబున్॥

శా॥ నానా చిత్ర విచిత్ర కల్పిత జగన్మాయా మహా సృష్టి వి
జ్ఞానాంతర్గత భారతార్థ మెఱుఁగన్ శక్యంబె తద్భావనా
ధీనై పుణ్య ధురీణ తాత్త్విక మనోదృష్టిన్ బ్రసాదింపఁగా
ధ్యానింతున్ మదిలో జగద్గురుని గీతాకృష్ణు యోగేశ్వరున్॥

ఉ॥ అందఱి డెందమందు మఱుఁగై నెలవొందెడు దైవమొక్కఁ డా
నందముతో మదీయ రచనంబుకు మెచ్చినఁజాలు ధన్యతన్
బొందును నాదు జన్మమని పూనితి భారత సంహితార్థ సం
స్పందనముల్ వెలార్పఁగ రసజ్ఞులు సారమతిన్ గుర్తింపరే॥

క॥ ఒక్కొక్క భావరూపము
నొక్కొక్క భవన్వరూపమొందఁగఁ బాత్రల్
పెక్కగు మానవ చరితం
బక్కజముగఁ దోఁచు భారతామ్నాయమునన్॥

క॥ మన చరితము భారతమని
మననమున గ్రహియించి దీని మహితార్థంబున్
మననంబు సేయ టొప్పగు
మనుజులకును స్వస్వరూప మహిమ దలిర్పన్॥

క॥ గురుపరిపూర్ణ కృపారస
వర ప్రసాదిత మదీయ వైజ్ఞానిక ధీ
స్ఫురణలకు మెఱుఁగులిడు బుధ
వరులకుఁ గావింతు ధన్యవాదము లెలమిన్॥

గీ॥ ఖ్యాతి లాభ పూజార్థము కాదు నాదు
భారత కృతి సమీక్షకుఁ గారణంబు
వ్యాస హృదయము జగతికి వ్యక్తపఱచు
సత్య కథనమె యస్మదాశయము కావి॥

మ॥ హృదయంబందున నున్న దైవమొకరుండిక్కావ్యమున్ మెచ్చుచో
నదియే నన్ను కృతార్థ జన్మునిగఁ జేయంజాలు నర్వార్థ కో
విదుఁడై యందఱి డెందమందు నతఁడే వెల్గొందుటన్ జేసి మె
చ్చుదె విద్వన్మణి బృందమిందలి వచస్సారం బుదారంబుగన్॥

ఓమ్

శ్రీకృష్ణాయనమః

1. గ్రంథోద్దేశము

శ్రీమద్భారత భాగవత రామాయణ గ్రంథములు భారతీయులందరకు సుపరిచితములు. ఇవి అనేకానేక భాషలలోని కనువదింపబడి మనదేశమందే కాక ఖండ ఖండాంతరములలో గూడ నఖండ ఖ్యాతిని బొందియున్నవి. వీనికింత ప్రశస్తి కలుగుటకు కారణమేమి ? వీనియందేమున్నది ? అని జిజ్ఞాసువులకు ప్రశ్న పుట్టుట సహజము. కేవల భాషా వైదుష్యమును బట్టి వీని కింత ప్రశస్తి కలిగిన దనుట యప్రశస్తము. ఏలయన, భావమును ప్రకటించుటకు భాష ఉపకరణము మాత్రమే. ఎవరి భాషా సంప్రదాయము వారికుండనే యున్నది. ఇక వీని విషయ గౌంవ మెట్టిదో చూతము.

శ్రీ రాముని భార్యయగు సీతను రావణుడెత్తికొనిపోగా, రాముడు వానిని యుద్ధములో సంహరించి భార్యను మరల దెచ్చికొనుట రామాయణ కావ్యమందలి ప్రధానేతివృత్తము, ఎవడో ఎవని భార్యనో ఎత్తికొని పోయినాడనుకొన్నచో మనకేమి పుణ్యము కలుగును ? ఈనాడు భార్యాపహరణము లెన్ని జరుగుటలేదు ? వాని నెందరు పట్టించుకొనుచున్నారు ? కొందరు అయ్యో పాపమనరు సరిగదా వంకలు బెట్టి చంకలు గొట్టుదురు. కాని సీతాపహరణమట్టిది కాదు. రామాయణము పవిత్ర గ్రంథముగ పారాయణము చేయుదురు. దీనియందేదో మహత్వముండి తీరవలెను. ఇక భాగవతములో శ్రీ కృష్ణుడు గోపికలతో గట్టిన భాగవత మందరు నెరిగినదే. జారత్వ చోరత్వముల నెవ్వరును హర్షింపరు. కాని యందరు నతనిని "జారోపి సంసార హరః" అని పొగడుదురు. ఇందేదో దేవరహస్యముండి

యుండవలె. భారత కథా విధానము కూడ నిట్టిదే. రాజ్య కాంక్షచే సోదరులగు కౌరవ-పాండవులకు పదునెనిమిది దినములు జరిగిన యుద్ధమే మహాభారతము. ఇది యింటిపోరు కాని బయటిపోరు కాదు. యూరపులో నింతకంటె నెక్కువగ నేడేండ్లు ముప్పదేండ్లు నూరేండ్లు సాగిన మతయుద్ధములు (Crusades) గలవు వానికంటె భారతేతివృత్తమును మహోదాత్తముగ నభివర్ణింతురు. ఇందేదో మహత్తర విశేషముండి యుండవలెను. భారతీయ సంస్కృతిని ప్రతిబింబించు ని గ్రంథత్రయ మౌలిక రహస్యములను మనము గ్రహింపవలసి యున్నది.

అగాధ గాధా పయోధులగు ఆర్ష వాఙ్మయ గ్రంథములను లౌకిక దృష్టితో విమర్శింప బూనినచో సందేహములే కాని సందేశములు స్ఫురింపవు భారత భాగవత రామాయణముల చారిత్రక సత్యమును గురించి నేడెన్నో వాదోపవాదములు బయలుదేరుచున్నవి, మూఢ విశ్వాసము గల సామాన్య జనులు వీనియందు గౌరవ భావ ముంచినను, నవీన శాస్త్రజ్ఞుల హేతువాదమునకు సనాతన పండితులు సరియగు సమాధానము చెప్పజాలనందువల్ల వారు వీటిని అభూత కవితా కల్పనలని హేళన చేయుచున్నారు. ఇది పాశ్చాత్య సులోచనములతో చూచిన వారికి తోచిన మాట "చక్షుర్దోషాదులూకోఽయం సూర్యజ్యోతిర్న పశ్యతి" అన్నట్లు వీని యందలి అమూల్య విజ్ఞానమును గుర్తింపకపోవుట దృష్టి లోపము కాని విషయ లోపము కాదు. మన పురాణేతిహాసములను విజ్ఞాన దృష్టితో నవలోకింపకున్నచో మన సంస్కృతికి రక్ష యసంభవము. వట్టి చదువులు, రూఢి వాదములు జాతి వినాశన హేతువులగును. విజ్ఞానము కారణవాదము ననుసరించి పదార్థ తత్త్వ విచారణ చేయును. సకల వేద వేదాంగ పురాణేతిహాస మౌలిక రహస్య హృదయగ్రంథి భేదన కీలక మీ వైజ్ఞానిక దృష్టియే

విజ్ఞాన దృష్టితో పరిశీలించినచో ప్రతి వ్యక్తికి భారత భాగవత రామాయణములతో సంబంధమున్నట్లు తేటపడగలదు ప్రతి వ్యక్తి

యందును 1 పశుభాగము 2. ప్రాణభాగము 3. ఆత్మభాగము అని మూడు భాగములుండుట విజ్ఞాన నిశ్చిత విషయము. ఎట్లన :- చర్మ శోణిత మాంస మేదోఽస్థి మజ్జా శుక్రము లనెడు సప్తధాతువులతో గూడి బయటికి మన కగపడు భూత భాగము పశువు. "పశ్యం తీతిపశుః" ఇది ప్రాణాధార మున నిలిచి యుండుటచే పరాధీనమైనది కనుక పశువు. "పరాధీనం పశుః" దీనిని స్థూల శరీరమందురు ఇందుండి యింద్రియ ధాత్వాది సంచాలనము నేయునది ప్రాణభాగము. దీనిని సూక్ష్మశరీర మందురు. ప్రాణ సంచాల నము నేయునది జ్ఞానము. దీని కాశ్రయము ఆత్మభాగము. దీనిని కారణ శరీరమందురు "త్రివృత త్రివృత ఇమే లోకాః" అను శ్రుతి చెప్పున ముఖ్య–గౌణభేదములం బట్టి స్థూల–సూక్ష్మ - కారణ శరీరములు మూటి యందు మూడు నుండును ఇందు స్థూల శరీరమునకు సంబంధించినది భార తము. సూక్ష్మ శరీరమునకు సంబంధించినది భాగవతము. కారణ శరీరము నకు సంబంధించినది రామాయణము

కారణ శరీరమందుండు ఆత్మకు ప్రభవము సూర్యుడు. "సూర్య ఆత్మా జగతస్తస్థుషశ్చ'' అని శ్రుతి. కావున ఆత్మ స్వరూపుడగు రాముడు సూర్య వంశమున జన్మించెను," సవా ఏష ఆత్మా వాఙ్మయః ప్రాణమయో మనోమయః" అని సోపాధికాత్మ లక్షణము. "మనః ప్రాణ వాచా సంఘాతం సత్తా'' అను నిర్వచనముం బట్టి ఆత్మ శక్తిని 'సత్' అందురు. ఇది శక్తి బీజమగు 'ఇ' కారములో గూడి "సీత" యగును. సృష్టి దశయందు మన ఆత్మ శక్తి యోగ మాయా ప్రభావముచే నాహరింపబడుటయే సీతాపహర ణము. ఇది మనకు హృదయ విదారకమగు విషాద ఘట్టము. భౌతిక శరీర మందు మనము గోలుపోయిన ఆత్మ యొక్క 'సత్' శక్తిని సత్యాన్వేష ణము చేసి సాధించుటకు మర్యాదా పురుషోత్తముడగు శ్రీరాముని సచ్చరి తము మనకు మార్గదర్శకమగును. రాముని అయనము రామాయణము.

సూక్ష్మ శరీరమందుండు ప్రాణాత్మక మనస్సునకు ప్రభవము చంద్రుడు. "చంద్రమా మనసోజాతః" (ఐత). కావున మనోమయుడగు కృష్ణుడు చంద్రవంశమున నుద్భవించెను. "కృష్ణస్తు స్వయం భగవాన్" అని వ్యాసాదులు గుర్తించిరి. భగవంతుని చరితము భాగవతము. మానవున కెంత తెలివి యున్నను, భగవత్తత్త్వము తెలియనిదే పరమ చరమ లక్ష్యము సిద్ధింపదు కావున వేదవ్యాసుడు సర్వభూత హితంబుగా వేద విభాగము గావించియు, పురాణేతిహాసముల సర్వధర్మములు ప్రపంచించియు, చిత్త శాంతి నొందక సరస్వతీ తటమున నొంటి వితర్కించి నారదోపదేశమున లభించిన మూర్తిమద్గాయత్రీ సత్యమునకు శ్రీమద్భాగవతము నందు రూప ప్రదానము గావించెను. భాగవతము నందలి కృష్ణ లీలలు సూక్ష్మ శరీరము నందలి భావనా వాసనా సంస్కారములకు సంబంధించిన ప్రాణ చర్యలగుటచే వాని నభినయించుటకు మానవ మాత్రులమగు మనకధికారము లేదు.

స్థూల శరీరము పృదివి నుండి యుత్పన్నమైనది. ఇందు వైశ్వాన రాగ్ని కలదు. "అగ్ని గర్భా పృధివీ" అని శ్రుతి. పృధివ్యుత్పన్న స్థూల శరీరమునకు సంబంధించిన అగ్నివిద్యయే భారతము. ఇది మానవ చరితము మనస్సులో దైవాసుర ప్రవృత్తులకు జరుగు సంఘర్షణమే మహా భారత సంగ్రామము. ఇందు దుర్వృత్తుల నడంచి ధర్మ విజయమును సాధించుటయే దీని ప్రధానాశయము. మానవుని పురుషార్థ సాధనకు ధర్మము మొదటి మెట్టు. వస్తు రక్షకమగు స్వరూప ధర్మమును "త్వం" (తనము - స్వభావము) అందురు. 'త్వ' లేనిచో పదార్థమే యుండదు. మానవత్వము మానవ స్వరూప ధర్మము. అది లేసినాడు పశుత్వమే. భారతము మానవ ధర్మ స్వరూప నిరూపణము నేయును గనుక ధర్మ శాస్త్రజ్ఞులు దీనిని ధర్మ శాస్త్ర మనిరి.

సూర్య పృథివీ చంద్రులతో గూడిన వ్యక్త సృష్టిలో ఆదిత్యుని ప్రాధమ్యముం బట్టి రామాయణము ఆది కావ్యముగ నవతరించెను దృష్టి సృష్టిని బట్టి రామాయణ భారత భాగవతములు క్రమావతరణము నొందినను. సృష్టి దృష్టిని బట్టి భారత భాగవత రామాయణములని వ్యవహార క్రమమేర్పడినది భారతము చదివి మానవుడై, భాగవతము చదివి భగవంతుడై, పిమ్మట నేమి సేయవలెనో తెలిసికొనుటకు రామాయణము చదువవలెనని అభియుక్తుల యాదేశము. భారతము ధర్మాచరణము గల మానవుని స్వర్గారోహణము చేయించి బుద్ధి తత్త్వమున కందించును. బుద్ధియోగము సిద్ధించిన మానవునకు భాగవతము భావగతమై భగవత్త్వము ప్రాపించును. భగవచ్ఛక్తి నొందిన మానవుడు యోగమాయావరణము తొలగి ఆత్మ స్వరూపము నొంది పోవును. ఇట్లు స్థూల - సూక్ష్మ - కారణ శరీరములకు సంబంధించిన భారత – భాగవత - రామాయణములు మూడును మానవ లక్ష్యమును సాధించు మహా ప్రయోజనము కలిగి యున్నవి. ఇందు భారతము ప్రస్తుతాంశము.

భారతము నందు రెండు దృష్టులు గలవు. 1. ఐతిహ్య దృష్టి 2. విజ్ఞాన దృష్టి. ఐతిహ్య భావ శబలితమై మహా భారత విజ్ఞాన రహస్యము నేటి వరకు మాటువడి పోయినది. విజ్ఞాన దృష్టిలేని దర్శకులు విమర్శకులు స్వాభిప్రాయానుగుణముగ భారత పాత్రల స్వరూప స్వభావములను మార్చివేసి భారతీయ సంస్కృతిని శంకాపంక కళంకితము గావించుట విచారకరము. భారతముపై ఖండ ఖండములుగా వెలువడిన సాహిత్య విమర్శనములు పెక్కుగలవు. ఇందు మూలానువాదముల తులనాత్మక వ్యాసములు కొన్ని గలవు. ఇవి యన్నియు సాహిత్య విమర్శనము నందే సాఫల్యము నొందినవి కాని నిగూఢమైన భారత తత్త్వార్థము స్పృశింపలేదు. ఇంతవరకు భారతము నందలి కవితాకళా సౌందర్యము వెల్లడించినదే

కాని, యిందలి వేద విజ్ఞానము వెలుగు చూడలేదు. వ్యాస హృదయము వెల్లడి కాలేదు ఆధునిక సాహిత్యము మాటయేమోకాని, ఆర్ష వాఙ్మయము మాత్రము తత్త్వ గర్భిత మనుట నిర్వివాదము ఏలయన, ఆత్మవిద్యా ప్రతిపాదకములే వేదములు; వేద వివృతములే పురాణేతిహాసములు; పురాణేతిహాస విషయములే ప్రబంధేతి కృత్తములు వేయేల ? కావ్యరసము బ్రహ్మానంద సహోదర మనియే కదా ఆలంకారికుల మతము ? సాహిత్య-వాఙ్మయముల వైజ్ఞానిక శబ్ద రూపములలో గూఢ తత్త్వార్థ స్ఫూర్తి లేకపోలేదు. "సహితస్య భావః సాహిత్యమ్" అని శబ్ద నిర్వచనము. ప్రాణమునకు హితమగునదియు వాక్కునకు (Matter) సహితమగునదియు వేదపరిభాష. (శత 8.1.2) హితమగు ప్రాణము అంతర్యామి సంబంధము. ఆత్మతో గలసియుండును. హితముతో గూడి హితభావము నొందినది సాహిత్యము స+హిత భావము లే సాహిత్యము సహభావమే యగును. వాక్కు బహిర్యామ సంబంధము. ఆత్మకు ఉపకరణమగును. వాక్కుతో కూడినది వాఙ్మయము.

మానవుని ఆత్మశక్తిని సంపూర్ణ వికాసము నొందించుటకు మహామహిమాన్వితులగు మహర్షులు సర్వజ్ఞమగు వేదతత్త్వమును వెలిబుచ్చిరి. వేద విజ్ఞానము వలన 'నేను' అను అహం తత్త్వము తెలియబడును. "వేదైశ్చ సర్వై రహమేవ వేద్యః" (గీత) 'అహం' శబ్దము సర్వనామమగుట వలన నందరికు నన్వయించును. ఇది భగవంతునకు మాత్రమే నిర్దిష్టమనుకొన నక్కరలేదు "త్వమేవాహం – తత్త్వమసి" ఇత్యాది వాక్యము లిట ననుసంధేయములు. వేదపఠనమును స్వాధ్యయన మందురు. స్వ + అధ్యయనము అనగా తన్ను దాను చదువుకొనుటయే. జంతు వృక్ష రసాయనాది సర్వభౌతిక శాస్త్రముల నెరుంగ గోరు మానవుడు తన్ను దానెరుగ కుండుట శోచనీయము. భౌతికాభ్యుదయ మెంత సాధించినను, మాన

వుడు తన స్వరూపమును తానెఱుంగనిచో జీవన్మృత్యు రహస్య గ్రంథులను భేదింప జాలడు. "నామృతత్వస్యతు ఆశాస్తి విత్తేన. తమేవ విదిత్వాతి మృత్యుమేతి నాన్యః పంథా విద్యతేఽయనాయ" అని శ్రుతి డిండిమము. స్వాధ్యయన మందరకు సాధ్యము కాదు కావున వేదార్థ వివరణమునకు పురాణేతిహాసములు ప్రవర్తిల్లినవి ఇందు భారతము విజ్ఞాన దృష్టితో మన స్థూల శరీరమునకెట్లు సమన్వయించునో సహేతుకముగ నిరూపించుటయే యీ సమీక్ష లక్ష్యము

2. ప్రమాణ నిర్దేశము

ఏ విషయమైనను యదార్థముగ దెలిసికొనుటకు ప్రమాణ మవసరము. 'ప్రమ' అనగా యదార్థ జ్ఞానము. ప్రమను కలిగించునది ప్రమాణము. "ప్రమాణతోఽర్థ ప్రతిపత్తౌ ప్రవృత్తి సామర్థ్యాదర్థవత్ ప్రమాణమ్" అని గౌతమ సూత్రము. ప్రమాణములు 1) ప్రత్యక్షము 2) అనుమానము 3) శాస్త్రము అని మూడు విధములు. శ్రుతి స్మృతి శబ్దాది ప్రమాణములు వీనియందంతర్భూతములు. ఇందు ప్రత్యక్ష ప్రమాణమే యితర ప్రమాణముల కాధారము.

ప్రత్యక్ష ప్రమాణమున కాధారము దృష్టి. ఇది రెండు విధములు 1) భౌతిక పదార్థ దృష్టి. ఇది యందరకు ననుభూతమే 2) అతీంద్రియ పదార్థ దృష్టి. ఇది భూత – భవిష్యత్ - స్వర్గ - నరక – పరమాత్మాది అతీంద్రియ విషయములను గ్రహించు శక్తి గలది. దీనిని దివ్య దృష్టి, ఆర్ష దృష్టి, యోగదృష్టి అందురు.

"ఆవిర్భూత ప్రకాశానాం అనభిప్లుత చేతసాం
అతీతానాగత జ్ఞానం, ప్రత్యక్షాన్నవిశిష్యతే
అతీంద్రియా నసంవేద్యాన్ పశ్యంత్యార్షేణ చక్షుషా
యే భావాన్ వచనం తేషాం నాను మానేన బాధ్యతే॥"

అతీంద్రియ పదార్థ ద్రష్టలు ఋషులు. "ఋషయో మంత్ర ద్రష్టారః" - "సాక్షత్కృత ధర్మాణః ఋషయో బభూవుః" (యా॥ని) ద్రష్టలగు ఋషుల వాక్యములు శ్రోతలకు శ్రుతి యగును గనుక "ద్రష్టుర్వాక్యం శ్రుతిః" అని మీమాంసా శాస్త్రము నిర్వచించెను. ఆర్ష దృష్టి నెరుంగక "ఆనాడు లిపిలేనందున ఆ నోటా ఆ నోటా వినుటచే వేదమును శ్రుతియని" రని చెప్పిన విదేశీయ విద్వాంసుల నిర్వచనము విశ్వసనీయము కాదు. "శ్రోతుర్వాక్యం స్మృతిః" అను నిర్వచనానుసారము విన్నవాని వాక్యము స్మృతి

యందురు. శ్రుతి స్వతః ప్రమాణము; స్మృతి పరతః ప్రమాణము. ప్రత్యక్షదృష్టి సంబంధము గలది కనుక శ్రుతి ప్రత్యక్ష ప్రమాణము. శ్రుతి సంబంధము గలది కనుక స్మృతి అనుమాన ప్రమాణము.

శబ్దరూపమైన ఆప్తోపదేశము శాస్త్ర ప్రమాణము. "ఆప్తోపదేశః శబ్దః" ఒక విషయమును స్వయముగా పరీక్షించి తెలిసికొనిన యనుభవశాలి ఆప్తుడు. శబ్ద జ్ఞానముచే అర్థ జ్ఞానము కలుగును.

"ద్వేవిద్యే వేదితవ్యే శబ్ద బ్రహ్మ పరంచయత్
శాబ్దే బ్రహ్మణి నిష్ణాతః పరం బ్రహ్మాధి గచ్ఛతి"

(బ్రహ్మబిందు)

అనుభవజ్ఞులైన ఆప్తులు లోకహితార్థము శబ్దరూపమున వెలయించిన విధి నిషేధాత్మక పథమే శాస్త్రము. శాస్=శాసించునది + త్ర = రక్షించునది, శాస్త్రము "తస్మాత్ శాస్త్రం ప్రమాణంతే కార్యా కార్యవ్యవస్థితౌ" (గీత)

నవీన హేతువాద యుగమునకు ప్రత్యక్ష ప్రమాణమే యాదరణీయము. కాని ప్రపంచము పచ్చగా నగపడు కామెర్లకంటివాని చూపు ప్రమాణ యోగ్యమా ? భూమి కంటె ఎన్నోరెట్లు పెద్దదగు సూర్యమండలమును మనము తొమ్మిదంగుళముల వ్యాసరేఖలో జూచుట సత్యదృష్టియేనా ? మనము రైలులో ప్రయాణించునపుడు చెట్లు జరిగిపోవుచున్నట్లు కన్పించు దృశ్యము యదార్థమా ? ఇట్లు భౌతిక విషయములందే యింద్రియ సాపేక్ష జ్ఞానము వంచితమగుచుండ, నతీంద్రియ సత్యజ్ఞానమునకు ప్రామాణ్య మెట్లుండవలెను ? ఆర్ష చక్షుష్కుల ఆప్తవచనమే పరమ ప్రమాణమని యంగీకరింపక తప్పదు.

శాస్త్ర ప్రయోజన దృష్టిలో ప్రాక్పశ్చిమములకు భేదమున్నది. దైహిక దృష్టితో ఐహిక సుఖమును సాధించుట పాశ్చాత్య శాస్త్రాదర్శము.

ఆత్మ దృష్టితో ఐహికాముష్మిక సుఖములు రెంటిని సాధించుట భారతీయ శాస్త్రాదర్శము. ఇందలి పరమార్థ సత్యములు యోగి హృద్ధ్యాన గమ్యములు కాని, భౌతిక పదార్థములవలె ప్రయోగాత్మకములు కావు. స్వాధ్యయనముచే వేద ప్రమాణము నెవరికివారు ప్రమాణీకరించుకొన వచ్చును గనుక నిది స్వతః ప్రమాణము. వేదము ప్రమాణము కాదను వారి వాదము నిరాధారము. స్మృతీతిహాస పురాణములు వేదోపబృంహణములే. కావున వీని యుపపత్తులన్నియు మనకు వేదము నందు లభించును. "ధర్మం జిజ్ఞాసమానానాం ప్రమాణం పరమం శ్రుతిః".

3. కాలమీమాంస

అనంతమైన మహాకాల గర్భములో అణువు వలె ఎన్ని విశ్వము లుదయించి లయించి పోయినవో ఎవ్వరూహింపగలరు ? కాలమునకు ప్రాతిస్వికాస్తిత్వము లేదు. అఖండమైన కాలము విశ్వవివర్తమును బట్టి భూత-భవిష్యత్-వర్తమాన ఖండములుగా ప్రతీతి నొందుచున్నది. ఈ కాలత్రయ విభాగము భాతి మూలకము కనుక సృష్టియందలి ప్రతిపదార్థము నకు సమన్వయించును. అపరిమేయమగు కాల ఖండములను బట్టి పురాణ ములందు మహా ప్రళయ - ఖండ ప్రళయ - నిత్య ప్రళయాదులు వర్ణింప బడినవి. విశ్వసీమ నుల్లంఘించి సామాన్యమానవబుద్ధి యోచింపజాలదు. కావున విశ్వపరిధియందే మహర్షులు కాలస్వరూప దర్శనము చేయించిరి.

భారతయుద్ధము క్రీ. పూ 3138 సంవత్సరములో జరిగినదని కాలజ్ఞులు నిర్ణయించిరి. పిమ్మట 36 సంవత్సరములకు ద్వాపరాంతమున కృష్ణనిర్యాణము జరిగినది. క్రీ. పూ. 3102 సంవత్సరము కలిశకారంభ మని ఎన్సైక్లోపిడియా బ్రిటానికాలో నిర్ధారింపబడినది. ప్రభుత్వము ప్రక టించిన ఇండియన్ ఆంటిక్వరీలోని జనమేజయ శాసనము కూడ దీనివి ధ్రువీకరించుచున్నది. కాని, ఐదువేల యేండ్లకు పూర్వము సృష్టి వికాసమే లేదనియు, శ్రుతిస్మృతీతిహాస పురాణములన్నియు నిన్న మొన్న పుట్టిన కవి కల్పనా మాత్రములనియు, నేటి చరిత్రకారుల యభిప్రాయము. భారతము వట్టి కట్టు కథ యనియు, దీనికాలనిర్ణయముపట్ల మన పూర్వు లకు నిశ్చితాభిప్రాయము లేదనియు, దీనిని నిరూపింపగల చారిత్రకాధార ములు లేవనియు వారి వాదము. ఇది ప్రమాదము. ఏలయన, దీనివలన మన పూర్వుల జ్ఞాన తేజము కళావిహీనమైపోవును. కనుఱెప్పపాటు మొదలు కల్పాంతము వరకు కాలగణనము చేసి యందు మనుష్యమానమునే కాక పితృ—దేవ - బ్రహ్మ మానములను గూడ కనిపెట్టగలిగిన మన పూర్వులు అవివేకులని చెప్పుట హాస్యాస్పదము. వస్త్వాత్మక—కాలాత్మక

సంవత్సర భేదములు బట్టి వ్యత్యాసములు పొడసూపనోపును. అంత మాత్రమున అసలు విషయమే అబద్ధమగునా ? భారతయుద్ధము చేసిన కౌరవ-పాండవులు వ్యాసునకు సాక్షాత్తు మనుమలే. ఏ కవియైన తన మనుమలు కొట్టుకొని చచ్చిరన్న అబద్ధపు కథ కల్పించునా ? భారతము చారిత్రక సత్యమని ఇతిహాస శబ్దమే చెప్పుచున్నది. భారతకాలములో వ్యాసుడున్నాడు. అతడు ప్రత్యక్షముగా చూచి చెప్పినది 'లేదు-కాదు' అనుటకు చరిత్రకారులకు ప్రమాణమేమి కలదు ? ప్రమాణము దొరక లేదనుట కూడ ప్రమాణమే యగునా ? ప్రత్యక్ష సాక్షి కథనము ప్రమాణము కాదా? హస్తినాపూర్ వద్ద జరిగిన త్రవ్వకాలలో వారి కాధారము లెవ్వియు లభింపలేదట. వారికి ఉన్నదికాదు-లేనిదిరాదు. ఛాందోగ్యమున హస్తినాపురము ఇభ్య గ్రామముగా పేర్కొనబడినది. హిమాలయముల నుండి తెచ్చిన ఏనుగుల నిచ్చట మచ్చిక చేయుటచే "ఆహూయంతే గజా యత్ర" అను నిర్వచనము చొప్పున నిది గజాహ్వయమని పేరొంది, పిమ్మట హస్తినాంపురము - హస్తినాపురము నయ్యెను. ఇది ఇంద్రప్రస్థమునకు (ఢిల్లీకి) అరువది కోసుల దూరములో గంగ యొడ్డున నుండెడిది. నేడిది గంగా గర్భములో విలీనమై పోయినది. మఱి చరిత్రకారులు ఎట్లు త్రవ్విరో - ఎక్కడ త్రవ్విరో !

మనకు చారిత్రకాధారములు లేవనుకొనుట పొరపాటు. మనకు విశ్వాసము లేదుకాని విశ్వజ్ఞానము కావలసినంతయున్నది. వేదమునందు మన చరిత్రయే కాదు - ప్రపంచేతిహాసమంతయు నిమిడి యున్నది. ఇందులకీ స్మృతి ప్రమాణమరయుడు:-

> "ఏతద్దేశ ప్రసూతస్య సకాశాదగ్ర జన్మనః
> స్వం స్వం చరిత్రం శిక్షేరన్ పృథివ్యాం సర్వమానవాః"
>
> (మను)

వేదము నందితిహాసము లేదనుకొనరాదు. మానవ చరిత్ర యున్నంత మాత్రమున దాని యపౌరుషేయత్వ గౌరవమునకు హానిరాదు.

వైదికేతిహాసమును బట్టి కాలమును ఆరు యుగములుగా విభాగింప వగును.

1. తమోయుగము : సృష్టికి పూర్వమంతయు ఘోరాంధ కార తమస్సులో మునిగియుండెను. అప్పటి స్థితి యేమియు దెలియరాదు. కనుక దీనిని అజ్ఞాతయుగ మందురు. దీనిని గూర్చి శ్రుతి స్మృతు లిట్లు చెప్పుచున్నవి.

“తమ ఆసీత్తమ సాగూఢమగ్రేఽప్రకేతం సలిలం
సర్వమా ఇదం, తుచ్ఛే నాభ్వపి హితం యదాసీత్ (ఋక్)
‘‘ఆసీదిదం తమోభూత మప్రజ్ఞాతమలక్షణం
అప్రతర్క్యమనిర్దేశ్యం ప్రసుప్తమివ సర్వతః” (మను)

2. ప్రాణియుగము : ఆమహాంధ తమస్సు నుండి మొట్ట మొదట ‘మహామాయ’ అను నొకానొక బలము దాని మహిమచే నదే యుదయించెను. “తపస్తన్మహిమాజాయతైకం” (ఋక్). అసీమ మగు పరాత్పర తత్త్వమును సీమితము గావించు నీ మహామాయయే విశ్వజనని. సద్రూప రసముతో అసద్రూప మహామాయా బలమున కేర్పడిన దాంపత్య భావము వలన విశ్వ సృష్టి జరిగినది. “సతో బంధు మసతి నిరవిందన్ హృది ప్రతీషా కవయో మనీషా” (ఋక్). పిమ్మట విశ్వమందలి రస - బలచితుల తారతమ్యమును బట్టి క్రిమి కీట పశు పక్షి మనుష్యాది జీవసృష్టి జరిగినది ఈ యుగము నందలి మనుష్యులు నగ్నముగా దిరిగుచు చెట్ల క్రిందనో గుహల యందునో తల దాచుకొనుచు పశువుల వలె జీవించిరి. వారికి సంకేత భాషయే కాని వైఖరీ వాక్కు వికసింపలేదు.

3. ఆది యుగము : క్రమముగ మనుష్య బుద్ధి వికసించి సభ్యత ప్రారంభమైనది. ఆనాటి మనుష్యులు పశు మర్మాంగముల వృచ్ఛ వేష్టనము చూచి వల్కలములు కట్టుకొనుట నేర్చిరి; పిట్టల గూండ్లు చూచి యిండ్లు కట్టుకొనుట నేర్చిరి. సంచార జీవితమును మాని సంఘ జీవితము సాగించిరి.

4. మణిజాయుగము : ఈ యుగమునందు మనుజుని ప్రజ్ఞ సంపూర్ణ వికాసము నొందెను గనుక మణిజాయుగమని పేరొందెను. 'మణిజా' పదము ఆనాటి మనుజ శబ్దము. ఆనాటి ప్రజలు సాధ్యులు-మహారాజికులు-ఆభాస్వరులు - తుషితులు అని నాలుగు వర్గములుగా విభజింపబడిరి. దేవయుగమునందు రూపొందిన వర్ణ వ్యవస్థకు మూలమిదియే. నేటి ప్రజాస్వామ్యము వంటి గణతంత్ర రాజ్యమే యప్పుడు స్థాపింపబడెను. ఇందు సాధ్యులదే నేతృత్వము కనుక దీనిని సాధ్యయుగమనిరి. నేటి భౌతిక విజ్ఞానమును మించిన విజ్ఞానమును సాధ్యులానాడు వెలయింపజేసిరి. మొట్టమొదట యజ్ఞవిద్య (Chemistry) నావిష్కరించినది వీరే. ఈశ్వరునితో నిమిత్తము లేకుండ ప్రకృతి శక్తులను సాధించి నూతన సూర్య చంద్రాదులను సృష్టింపవచ్చునని వీరి యభినివేశము. "కర్తు మకర్తు మన్యథాకర్తుమ్" అని వీరి సిద్ధాంతము. సాధ్యులు అసాధ్యులు వారెంత చెప్పుదురో అంత చేసి చూపగల శక్తిమంతులు. ఆస్తికులు వారి ప్రయోగములను జూచి యాశ్చర్య చకితులగుచుండెడివారు. సాధ్యులు ఈజిప్టునందొక కూపమున నోషధీ ప్రక్రియచే నవీన చంద్రుని సృష్టింపగా నది యాకసమున కెగసి తునా తునకలుగా విచ్చిపోయినదట! ఏ తత్ఫలితముగా ఈజిప్టులో నగ్ని విస్ఫోటనము వలన భూకంపములు బయలు దేరినవట! సర్వేశ్వరుని సృష్టికి వ్యతిరేకమగు విజ్ఞానము సర్వనాశకమగునేమో! తదుపక్రమణమునకు దారి

తీయుచున్న ప్రస్తుత పరమాణు విజ్ఞానమంత దూరము వోయి లోకనాశము గావింపకుండుగాక ! "పూర్వ దేవాః – సురద్విషః" అని పేరొందిన సాధ్యజాతిని యజుశ్రుతి యిట్లు నిరూపించెను.

"యజ్ఞేన యజ్ఞమయజంత దేవాః
తాని ధర్మాణి ప్రథమాన్యాసన్
తేహనాకం మహిమానస్సచంతే
యత్రపూర్వే స్సాధ్యాః సంతి దేవాః"

5. స్పర్ధాయుగము : అనీశ్వర వాదులగు సాధ్యులలో సృష్టి మూలమును గూర్చి వారిలో వారికి మత భేదములు పుట్టినవి. అవి సదస ద్రజోవ్యోమాది దశవిధ వాదములుగా ఋక్సంహిత యందు పేర్కొనబడి నవి. సాధ్యుల యనీశ్వర భావము వలనను, భౌతిక విజ్ఞాన ప్రాబల్యము వలనను మానవ సమాజమున నీతి నియమములు నశించెను. విప్లవములు చెలరేగెను. శాంతి భగ్నమయ్యెను. ప్రజాతంత్రము దీనికి దోహద మయ్యెను.

6. దేవ యుగము : ధర్మగ్లాని కారణముగా స్వయంభూ బ్రహ్మ తుషితజాతి యందవతరించి శాంతి నెలకొల్పెను. ఇతడు ప్రజా తంత్రమును నిర్మూలించి, ఈశ్వరవాదమును స్థాపించెను. ఏ ప్రాణతత్త్వ మును గనిపెట్టిన వాని నాతత్త్వ నామమున వ్యవహరించుట యానాటి సం ప్రదాయము. ఏతన్నియమానుసారము బ్రహ్మతత్త్వ వేత్తయగు నితనిని బ్రహ్మ యనిరి. ఇతడు దేవ యుగమున కాది ప్రవర్తకుడు. "బ్రహ్మ దేవానాం ప్రథమః సంబభూవ" (ముండకము). ఇతని జన్మస్థానము ఈరానులోని పుష్కర తీర్థము. (బుఖారా)

స్వయంభూ బ్రహ్మ ప్రాకృతిక వ్యవస్థానుసారము భౌగోళిక వ్యవస్థ నేర్పరచెను. ఇది పద్మభువనకోశమని పురాణ ప్రసిద్ధి నొంది

వది. ఇందు ఆఫ్రికా - అమెరికా - యూరపులు అసురత్రిలోకి యనబడెను. అందలి యసురులు హైహయ – కాలకేయ - నముచి – త్వష్ట - వృత్రాదులుగా విభజింపబడిరి. ఈశ సంబధముగల ఏశియా దేవత్రిలోకి యనబడెను. ఇందలి ప్రజలు ఋషి – పితృ – దేవ-దేవయోని - మనుష్య వర్గములుగా విభజింపబడిరి.

దేవత్రిలోకి యందుగల భారత వర్షము భూలోకముగ నెంచబడెను. దీనికి తూర్పున పీతసముద్రము (Yellow Sea), పశ్చిమమున మహీ సాగరము (Mediterranean Sea), దక్షిణమున నిరక్షస్థానీయమగు లంక (నేడిది సముద్ర విలీనమై పోయినది; సింహళము లంక కాదు), ఉత్తరమున శర్యణావత పర్వతము (శివాలక) సరిహద్దులుగ నుండెను. మధ్య రేఖ ఉజ్జయిని. ఈరాను, అరేబియా, కాబూలు, ఆఫ్ఘనిస్థానము, టిబెట్ మున్నగునవన్నియు భారత వర్షాంతర్గతములు. చీనా జపానులు మన సీమ లోనివే.

"ఏ తత్తు భారతం వర్షం చతుస్సంస్థాన సంజ్ఞితం
దక్షిణా పరతోహ్యస్య పూర్వేణచ మహోదధిః.
హిమవానుత్తరేణాస్య కార్ముకస్య యధాగుణః" (మార్కం)
"ఆసముద్రాత్తువై పూర్వాదాసముద్రాత్తు పశ్చిమాత్
తయోరేవాంతరం గిర్యోః ఆర్యా వర్తం ప్రచక్షతే" (మను)

ఈ విశాల భారతమునకు మనువు సమ్రాట్టు (Emperor) మను శాసనమును బట్టి యిక్కడి ప్రజలు మానవులనబడిరి. అగ్ని దీనికి శవనోవ పాత్ (Viceroy).

హిమాలయమునుండి ప్రాజ్మేరువు వరకు దేవత్రిలోకి యందలి యంతరిక్ష లోకము. వాయువు దీనికి శవనోవపాత్. సుప్రసిద్ధములగు

నందన – వైభ్రాజ - చైత్రరథ - ఉమా - స్కంధాది సుందరోద్యాన వనములిందు గలవు. ఇచ్చటి ప్రజలు దేవయోనులుగా నెంచబడిరి.

"విద్యాధరోఽప్సరో యక్షరక్షో గంధర్వ కిన్నరాః
పిశాచో గుహ్యక స్సిద్ధో భూతోఽ మీ దేవయోనయః"

హిమాలయ ద్రోణుల కావలి భూభాగమంతయు దేవత్రిలోకి యందలి స్వర్గలోకము. "ఉత్తరే హిమవత్పార్శ్వే పుణ్యే సర్వ గుణాన్వితే" నేటి రష్యా యంతయు నాటి భౌమస్వర్గము. ఇంద్రుడు దీనికి శవసోనపాత్ (స్వర్గాధ్యక్షుడు) యుధిష్ఠిరుడు సదేహముగ నరిగినదీ భౌమ స్వర్గమునకే. అప్పుడున్న చివరి యింద్రుడు హరివాన్ (హరి వాహనుడు). స్వర్గమందలి ప్రజలు దేవతలు. పితృప్రాణ వికాసము గల మనుష్యులు పితరులనబడిరి. నేటి మంగోలియా ఆనాటి పితృ స్వర్గము. మౌలిక ప్రాణ తత్త్వమును కనిపెట్టినవారు మనుష్య ఋషులు. వారు సర్వ స్వతంత్రులు. త్రిలోకములలో నెందైన నుందురు. స్వాయంభూబ్రహ్మ వారి కధిపతి. అతని నివాసము పామీరు (పాఙ్మేరు) నందలి హిరణ్మయ శృంగము

భౌమ వ్యవస్థకు పూర్వము దేవతల - మనుష్యులు భారత వర్షమున నుండిరి. అసురులు దీనినాక్రమించు కొనగా, బ్రహ్మ కృపచే దేవతలు స్వర్గమునకరిగి, అగ్నిని దీనికధ్యక్షుని గావించిరి. ఇందులకీ శ్రుతి ప్రమాణమరయుడు.

"అస్మిన్ వైలోకే, ఉభయే దేవ మనుష్యా
ఆ సుః తే దేవాం స్వర్గలోకం
యంతః - అగ్నిమూచుః - త్వంనో
అస్యలోకస్య అధ్యక్షఏధి - ఇతి"
(కౌషీతకీ బ్రాహ్మణము)

మన పూర్వులెచ్చటి నుండియో యిచ్చటకు వచ్చిరనుకొను చరిత్రకారు లింతటితో నాశ్రమ వదలుకొనుట మంచిది. మనము పామీరు నుండి యిటకు రాలేదు సరికదా, ఇటనుండి దేవతలచటి కరిగిరి. భారత దేశమందు మనకు హక్కు లేదని చెప్పుటకు పాశ్చాత్యులు మనకీ వలస సిద్ధాంతమును నూరి పోసిరి. అట్టి వారికి భారత వర్షము మన పితరుల పవిత్ర జన్మభూమియని గట్టిగా సమాధానమీయుడు

"ఆసింధోః సింధు పర్యంతా యస్య భారత భూమికా
పితృభూః పుణ్యభూశ్చైవ–సవై హిందురితిస్మృతః"

స్వయంభూబ్రహ్మ ప్రకృతి ధర్మానుసారము భారత వర్షము నందు చాతుర్వర్ణ్య వ్యవస్థ నేర్పరచెను. జ్ఞాన - క్రియ-అర్థ-శిల్ప ప్రాధాన్య మును బట్టి మానవులను బ్రాహ్మణ-క్షత్రియ-వైశ్య- శూద్ర వర్ణములుగా విభజించెను. వ్యక్తి ప్రయోజనమునకు బ్రహ్మచర్య-గార్హస్థ్య-వానప్రస్థ-సన్యాసములతో గూడిన ఆశ్రమ వ్యవస్థ గావింపబడెను. ఈ దేవ యుగములో నిత్యసిద్ధమగు నపౌరుషేయ వేదమునననుసరించి శబ్దరూప వేద గ్రంథములు ప్రకటింపబడెను. సింధునద పశ్చిమ ప్రాంతమున గల సరస్వతీ నదీ తీరమున 'సూర్యసదన' మను విజ్ఞాన భవనము నిర్మింప బడెను. అందు కశ్యపాత్రి భరద్వాజాది ఋషులు విజ్ఞాన పరిశోధనలు చేసి స్థల-జల-నభశ్చర-విమానాది నూతనావిష్కారము లెన్నో గావించిరి. మనుష్యులలో దేవతాశక్తి వికసించిన మహాభ్యుదయ కాలమే దేవ యుగము.

సూర్య వంశము : స్వయంభూ బ్రహ్మ మానస పుత్రుడు వివస్వంతుడు. శ్రీకృష్ణుడు మూలగీతోపదేశము చేసినదితనికే. "ఇమం వివస్వతే యోగం ప్రోక్త వానహమవ్యయమ్" (గీత). ఇతనికి శ్రద్ధా

దేవుడు - యముడు నని యిరువురు పుత్రులు. శ్రద్ధాదేవుడు భారత వర్ష సామ్రాజ్యము నొంది వైవస్వత మనువని పేరొందెను. ఇతనికి పదిమంది పుత్రులును, ఇల (ఇడ) యనునొక కన్య యునుగలరు. పెద్ద కొడుకగు ఇక్ష్వాకువు భారతవర్ష సమ్రాట్టును, మనువు నయ్యెను. ఇతడు అయోధ్యను రాజధానిగా జేసికొని సూర్య వంశ ప్రవర్తకుడయ్యెను. ఇల వలన చంద్ర వంశము ప్రవర్తిల్లెను. సూర్య వంశము నందు హరిశ్చంద్ర-భగీరథ-రఘు-దశరథ-రామచంద్రాది మహా పురుషులెందరో యుద్భవించిరి. సూర్యవంశము నందలి యంతిమ రాజగు సుమిత్రుడు భారతయుద్ధములో కౌరవుల తరపున వచ్చెను. ఇతని పిమ్మట వారు లిచ్ఛవి వంశమును స్థాపించిరి. అందు గౌతమ బుద్ధుడుద యించెను. సూర్యవంశ ప్రతాపమింతటితో నంతరించెను.

చంద్ర వంశము : స్వయంభూ బ్రహ్మకు విద్యా సంబంధమైన మానస పుత్రులగు మహర్షులు ఆరుగురు కలరు.

"బ్రహ్మణో మానసాః పుత్రాః విదితాః షణ్మహర్షయః
మరీచి రంగిరా అత్రిః పులస్త్యః పులహః క్రతుః"

దేవయుగమున భౌమాత్రి-సాంఖ్యాత్రి అని యిరువురు అత్రులు గలరు. భౌమాత్రి పారదర్శకతా నిరోధకమగు నత్రి ప్రాణమును పరీక్షించి గ్రహణ విద్య నావిష్కరించెను. ఇతనికి అనసూయా గర్భమున చంద్రుడుదయిం చెను. సాంఖ్యాత్రి ధ్రువమండలము నందలి నాక్షత్రికాత్రి ప్రాణమును పరీక్షించెను. ఇతని కొడుకగు శాంఖాయనుడు ధర్మచ్యుతుడై యిచ్చటి నుండి వెడలి యవన (గ్రీకు) వంశస్థాపకుడయ్యెను. భౌమాత్రి పుత్రుడగు చంద్రుడు బ్రాహ్మణుడయ్యును ఉత్తర దిక్పాలకునిగా నియమింపబడి గంధర్వరాజయ్యెను. ఇతనికి తారయందు బుధుడు పుట్టెను. ఇతడు రాజగు

చంద్రుని కొడుకు గనుక రాజపుత్రుడనియు, నితని సంతతి వారు రాజపుత్రులనియు పేరొందిరి. బుధుడు వైవస్వతమను పుత్రికయగు ఇలను పెండ్లాడెను. ఈ చంద్ర వంశమునందు పురు-భరత-కురు ప్రముఖులు వంశ కర్తలుగా ప్రసిద్ది కెక్కిరి. ద్వాపరాంతమున కురువంశము నందు ప్రతీపునకు శంతనుడుదయించెను. ఇటనుండి భారత కథా స్రోతస్సు ప్రవహించును.

దేవయుగము మన యున్నతి కాలము. విశాల విశ్వమునకు సభ్యతా సంస్కృతి పాఠములు నేర్పి, మానవతా వికాసము కలిగించిన మన ప్రాచీన భారత వర్ష గురుభావ దశ భారత కాలము నాటికే యడుగంటి పోయినది. అందులకు కారణము దేవాసుర సంగ్రామములే. అందు ముఖ్యములగు 1. ఆడీబక 2. కోలాహల 3 హాలాహల 4. జలధి మంథన 5. త్రిపుర (త్రిపురి) 6. అంధక 7. తారక 8. వార్త్ర 9. ధ్వజ యుద్ధ 10. బలిబంధ 11. హైరణ్యాక్ష 12. నారసింహ అను పండ్రెండు యుద్ధములు ఋగ్వేదమునందు పేర్కొనబడినవి. అసురులు విజ్ఞాన భవనమును నాశనమొనర్చిరి. భారత దేశ విభూతి సౌభాగ్య సూర్యాస్తమయము గావించిన చివరి ఘట్టమే చంద్రుని తారాహరణోపాఖ్యానము. దానితో మనుష్య దేవతా శక్తి భూపిండము నుండి మాయమై పోయినది. భౌగోళిక పరిణామము లెన్నో సంభవించినవి. మన పూర్వ వైభవము కాలగర్భములో గలసిపోయినది. "సకాలేనేహ మహతా యోగోనష్టః పరంతప" అని గీతలో భగవంతుడే చెప్పినాడు. దేవయుగము నాడెంత సభ్యత వికసించెనో భారత కాలమునాడంత అసభ్యత పెచ్చు పెరిగి పోయెను. సోదర వైరము - గృహదహనము - విష ప్రయోగము - పర ధనాపహరణము – కపట ద్యూతము – సతీ మాన భంగము మున్నగు వికృష్ట చేష్టలన్నియు నిందులకు నిదర్శనములు. ఏ తత్పరిణామ ఫలమే భారతయుద్ధము. అందు భారత లక్ష్మి సర్వధ్వంసమైనది. పాశ్చాత్యులు

చిత్రించిన మన చరిత్ర యీ క్షీణ దశనుండి ప్రారంభించినది మాత్రమే. ప్రస్తుత చరిత్ర కారులు కొండత్రవ్వి ఎలుకను బట్టినట్లు నిన్న మొన్నటి శిథిలములు, శిలాశాసనములు, చిల్ల పెంకులు, విదేశీయుల యాత్రా వృత్తములు సాధారముగా గొని మన సభ్యతా సంస్కృతులను నిర్ణయింప సాహసించుట యన్యాయము.

మహాభారత కాలమునకు పూర్వమెన్నివేల యేండ్ల క్రిందటనో వికాస మొందియుండిన మన పూర్వాభ్యుదయ చరిత్రను తెలిసికొనుటకు విజ్ఞాన స్తుతీతిహాసములతో పెనవేసికొని యున్న వేదము నందలి యితిహాసాన్వేషణ చేయవలసియున్నది. "భూతం భవ్యం భవచ్చైవ సర్వం వేదాత్ప్రసిద్ధ్యతి" (మను). యుగ యుగాంతములందు సరితర్హితమగు వైదికేతిహాసమును అధ్యాత్మవిద్యాపారంగతులగు మహర్షులు తపస్సు చేసి తెలిసికొనిరట :

"యుగాం తేఽన్తర్హితాన్ వేదాన్ సేతిహాసాన్ మహర్షయః
లేభిరే తపసా పూర్వ మనుజ్ఞాతా స్వయంభువా"

మనము కూడ వారి మార్గము ననుసరించియే దీనిని తెలిసికొనుట శ్రేస్సు. అఖిల బ్రహ్మాండ నిక్షిప్త కుక్షియగు మహేశ్వరుడే మహాకాల స్వరూపుడు. "కాలోస్మి లోక క్షయ కృత్ప్రవృద్ధో" (గీత). కాల గర్భములో నెంత విజ్ఞానము కలసిపోయినదో ! కాల వేగము నెఱుంగని వారు వేద కాలమును నిర్ణయింపబూనినచో గాలవంచితులగుదురు. "కాలాయ తస్మైనమః."

4. నామ మీమాంస

దుష్యంత పుత్రుడగు భరతుని ప్రాభవమును బట్టి యీ దేశము భరత వర్షమని పేరొందెననియు, నతని పేర కురువంశ చరిత్ర భారత నామమొందెననియు పౌరాణిక మతము. కృష్ణ దర్జునుని "భరతసత్తమ : భరతర్షభ : భారత :" అని సంబోధించుట కూడ భరతవంశ ఖ్యాతిని వెల్లడించు చున్నది.

"సరాజా చంద్ర వర్మాసీత్ సార్వభౌమః ప్రతాపవాన్
భరతాద్భారతీ కీర్తిః యే నేదం భారతం కులమ్" (భార)
"తం సురోధాచ్చ దుష్యంతో దుష్యంతాద్భరతోఽభవత్
శకుంతలా యాంతు బలియస్యనామ్నాతు భారతాః"
(అగ్ని)

ఈ పౌరాణిక మతము అర్థవాద మాత్రము. భరతుడు భరతవర్ష కీర్తిని నిలబెట్టెననియే యిందలి భావము. వస్తుతః అగ్నివిద్య భారతమని ఋగ్వేదమునందు తెలియనగును.

దేవ యుగమునందు స్వయంభూ బ్రహ్మ గావించిన ప్రాకృతిక భౌగోళిక వ్యవస్థానుసారము దేవత్రిలోకి యందలి భారత వర్షము భూలోకముగ నెంచబడినది. అగ్ని దీనికి శవనోనపాత్ (అధిష్ఠాత=Viceroy) గా నియమింపబడెను. "అగ్నిర్భూస్థానః" అని శ్రుతి. భూలోక ప్రజల భరణ పోషణములను నిర్వహించుటచే అగ్నిని భరతుడనిరి. "అగ్నే మహాఁనసి బ్రాహ్మణ భారతేతి" అను యజుర్మంత్రము దీనిని నిరూపించు చున్నది. భరతుడగు అగ్ని మన దేశమున కధిష్ఠాతయగుట వలననే యిది భరతవర్షమని పేరొందెను. (ఋక్ 4-25-4).

హిందూ దేశము భారతవర్ష పర్యాయము కాదు. పూర్వము ఋజ్రాశ్వ ఋషి యొక్క దౌహిత్రుడగు జరథష్ట్రుని విధవా పుత్రుడని

ఐంద్ర బ్రాహ్మణులు వెలివేసిరి విధవా వివాహము దోషము కాదని వారుణ బ్రాహ్మణులు సమర్థించిరి. వారు రెండు పక్షములుగా నేర్పడి పేర్పడిరి. అందుచే సింధు నదము సరిహద్దుగా భారత వర్షము రెండు ఖండములయ్యెను. (భరతవర్షే భరతఖండే). సింధు నదము పూర్వ భారతము నందుండెను. ఇది ఐంద్రి బ్రాహ్మణులది. పశ్చిమ భారతము ఆర్యాయణము. ఇది వారుణ బ్రాహ్మణులది. వీరు 'స' కారమును 'హ' కారముగ పలుకుదురు కనుక పూర్వ భారతమగు సింధు స్థానము హిందు స్థానమయ్యెను ఇక పశ్చిమ భారతము సింధువునకు పరముగా నుండుటచే పారస్థానమైనది. ఇది నేడు పర్షియా యనబడుచున్నది. పారశీలు వారుణ బ్రాహ్మణులు, జరథస్త్రానుయాయులు. వారి యాచార వ్యవహారములు మన సంప్రదాయమున బట్టి యేర్పడినవే. మన ఛందోభ్యస్తా (వేదము) వారికి జందవెస్తా అయినది. పూర్వ భారత మార్యావర్తము; పశ్చిమ భారత మార్యాయణము దీనిని పురాతన పాశ్చాత్య భాషలో "ఓరియన్స్" (Oriens) అనిరి ఇది ఆర్యాయణ శబ్దమున కపభ్రంశ రూపము. రాజకీయ దేశ విభాగము విజేతల యధికారానుసారము మారిపోవుచుండును. అట్లు యింకెన్నో మార్పులు జరిగినవి. మన గాంధారము కంధారమైనది; హింగ స్థానము బెలుచి స్థానమైనది; బాహ్లీకము బలఖ్ అయినది; పారస్థానము పర్షియాయైనది; ఆర్యాయణము ఈరానైనది. ప్రాకృతిక భౌగోళిక వ్యవస్థ ననుసారమేర్పడిన భారతవర్షమునకు మనువు ప్రమాట్టుగా నుండెను. మను శాసనమును బట్టి భారత ప్రజలు మానవులనబడిరి. భారతవర్ష చరిత్రమగు భారతము మానవ చరితము.

భూపిండ ప్రత్యంశ యగు మన శరీరములో గూడ అగ్ని ప్రతిష్ఠితమై యున్నది. మనము తిను అన్నమును పచనము చేయు జఠరాగ్నిని వైశ్వానరుండందురు. "బహిష్ప్రజ్ఞః-స్థూలభుక్-వైశ్వానరః" అని మాండూక్యము.

మన శరీరమందుండు ప్రాణదేవతల కొరకు హవ్యము (అన్నము) ను భరించుటచే వైశ్వానరాగ్నిని భరతుడందురు. ''ఏషహి దేవేభ్యో హవ్యం భరతి, తస్మాద్భరతోఽగ్నిరిత్యాహుః ఏష ఉవా ఇమాః ప్రజాః ప్రాణో భూత్వా బిభర్తి తస్మాద్వేవాహ-భరత వదితి'' (శత) అగ్ని విశకలన ప్రక్రియచే అన్నము సప్తధాతువులుగా మారి మనస్సుగా తయారగును. "అన్నమయంహి సోమ్యమనః'' (ఛాందో). మనస్సులో అనేక వృత్తులు బయలుదేరును. ఇవి యన్నియు భారత పాత్రలే. ఇందు దుర్వృత్తులు కౌరవులు; సద్వృత్తులు పాండవులు. రెంటికి జరుగు సంఘర్షణమే భారత సంగ్రామము అగ్నియందన్న పరిపాక వశమున నిది యంతయు జరుగు చున్నది కావున దీనిని అగ్ని విద్య యందురు అగ్ని భరతుడు కనుక అగ్నివిద్య భారతమని పేరొందెను. ఇది పుక్కిటి పురాణము కాదు; మన స్వీయచరిత్ర. ఇది యెవరిదోకాదు; ప్రతివానిది.

భారత మగ్ని విద్యయైనను, అగ్ని సత్త సోమాహుతిపై నాధారపడి యున్నది. "అగ్నౌ సోమాహుతిర్యజ్ఞః." అగ్నియందు సోమము హోమ మగుట యజ్ఞము. ఈ యజ్ఞము నుండి పుట్టినదే యాజ్ఞసేని ద్రౌపది. భారతమునకు యాజ్ఞసేనీ చరితమని వేదకథనము. అదియట్లైద. వాస్తవము నకు చరిత్రయంతయు స్త్రీదే కాని మర్యాద కొరకు పురుషునిదిగా మన్నింప బడుచున్నది. స్త్రీలు అంతరగ్నులు, బహిరావరణ స్వరూపలు. పురుషులు బాహ్యాగ్నులు, అంతరావరణ స్వరూపులు. ఇది ప్రకృతి వైచిత్ర్యము; శతపర్వ సమన్వితమగు భారతమునకు యాజ్ఞవల్క్యుడు రచించిన శతపథ బ్రాహ్మణముతో సంబంధము గలదు.

వైశ్వానరాగ్నిలో అన్నాహుతి యగుట వలన మనస్సు తయారగు చున్నది. మనవాడే మనుష్యుడు. ఇది రహస్య సత్యము. ఒకనాడు శిష్యులు

వ్యాసుని ఎవరు గొప్పవారని యడుగగా నాతడు నరుడే గొప్ప వాడని చెప్పెను.

"గుహ్యం బ్రహ్మతదిదం వోబ్రవీమి
నహి మానుష్యాత్ శ్రేష్ఠతరంహి కించిత్"

జ్ఞానముచే జన్మము తరించుట కనువైనది కనుక మానవ జన్మము గొప్పది. "మనుజోనివాసః" అని యీశ్వర సంకల్పము. అసలు పాండవు లయిదుగురందురే కాని యొక్కడే. అతడే నరుడు (అర్జునుడు). ధర్మ రాజాదు లితని వృత్తులే. మహాభారతము మానవేతిహాసము కనుక దానికి నరుడే నాయకుడు. అతడే మత్స్యయంత్రమును కొట్టినాడు; ద్రౌపది నతడే చేపట్టినాడు. ధర్మసందేహము లతనికే కలిగినవి; గీతోపదేశమతనికే చేయబడినది. భారత యుద్ధమున జయము సాధించినవాడు విజయుడే. మనోజయము వలన ముక్తిసామ్రాజ్యమును సాధించు మనుజుడే విజయుడు:

వ్యాస భారతమునకు జయగ్రంథమని పేరు. ఆత్మ విజయమే యిందలి ప్రతిపాద్య విషయమని గ్రంథనామమే సూచించుచున్నది. సంఖ్యా సంకేత విద్యనుబట్టి 18 సంఖ్య జయభావ సూచకము. "కాదినవ – టాదినవ-పాదిపంచ-యాద్యష్ట" అను క-ట-ప-యాది సూత్రము ననుస రించి వర్ణమాలలోని 'జ-య' అను అక్షరములకు 8-1 అంకెలు సంకేతము లగును. "అంకానాంవామతో గతిః" అను సంఖ్యా సూత్రము ననుసరించి 8-1 అంకెలు 18 అగును. జయశబ్దము 18 ఆత్మ వివర్తములకు, 18 భారత పర్వములకు, 18 గీతాధ్యాయములకు సూచకము. భారతము మాన వుని మనోజయమునకు సంబంధించినది కావున వ్యాసుడు దీనికి జయేతిహాస

మని పేరిడెను. అష్టాదశ పర్వములతో గూడిన భారతార్థము నామూలాగ్ర మెరింగి నరుడాత్మ విజయమును సాధించి నరోత్తముడు (భగవంతుడు) కావలయునని వ్యాసమునీంద్రుని యాశయము.

"నారాయణం నమస్కృత్య నరంచైవ నరోత్తమం
దేవీం సరస్వతీంచైవ తతోజయ ముదీరయేత్"

5. లేఖన వృత్తాంతము

మహాభారత గ్రంథకర్త వేదవ్యాసుడు. ఇతడష్టాదశ పురాణము లను రచించెను. ఇంతటి బృహత్కార్య మొక వ్యక్తికి సాధ్యముకాదు కనుక వ్యాసులు పెక్కుమంది యుందురని కొందరి యభిప్రాయము. ఇది సరికాదు. బ్రహ్మాండ పురాణములో గూడ నిరువది యెనిమిది ద్వాపర యుగములందు వ్యాస పదవి నొందిన వ్యక్తులు పేర్వేర బేర్కొనబడిరి. అది యుగచరిత్రకు జెందిన వ్యాస విషయముగాని పురాణ కర్తృత్వము నకు జెందిన వ్యాస విషయముకాదు. వ్యాస నామధేయులు పెక్కురుండ వచ్చును గాని వ్యాసతత్త్వమును గనిపెట్టిన ప్రథమ దర్శి యొక్కడే యగును. వేద వివృతములగు పురాణములు వేదవ్యాస కృతములే యగుట సహజము. ఇది యుగయుగముల నిట్లే జరుగును. వ్యాస కర్తృకమును దేవీభాగవత మిట్లు నిరూపించినది.

"అష్టాదశ పురాణాని కృత్వా సత్యవతీ సుతః
భారతాఖ్యానమతులం చక్రే తదుపబృంహితమ్"

సత్యవతీ సుతుడైన వ్యాసుడొక్కడే కాని పెక్కురు లేరు. కనుక అష్టాదశ పురాణములు నేక కర్తృకములేకావి బహుకర్తృకములు కానేరవు. అపరిమ ప్రతిభా భాసురుడగు వ్యాసుని శక్తిని శంకింప బనిలేదు. భగవంతుడే గీతావిభూతి యోగములో "మునీనామప్యహం వ్యాసః" అని చెప్పినాడు.

వ్యాసుని భారతోల్లేఖనము గురించి రాజశేఖర కవి ప్రస్తావించిన కథ యొకటి కలదు. అది యిది:— వేద వ్యాసుడు భారతమును రచింప దలచి భూలోకములో నెందును తనకు తగిన లేఖకుడు లభింపలేదని విచారించు చుండెనట. అప్పుడు బ్రహ్మవచ్చి "కావ్యస్య లేఖనార్థాయ గణేశ స్స్మర్యతాం మునే" కావ్యలేఖనమునకు గణపతిని స్మరింపుమని యాతని కుపదేశించెను.

వ్యాసు డట్లుచేయగా గణపతి యతనికి ప్రత్యక్షమై "యది మే లేఖినీ క్షణం లిఖితో నావతిష్ఠేత తదాస్యాం లేఖకో హ్యహం" నేను వ్రాయునపుడు నా లేఖిని ఒక క్షణమైన నాగకుండ జెప్పినచో నేను లేఖకునిగ నుందునని షరతు పెట్టెను. దానికి వ్యాసుడు "తదేవ మబుద్వా మా లిఖ క్వచిత్" అట్లే కాని నేను చెప్పునప్పుడర్థము చేసికొనకుండ నీవు వ్రాయవలదని యెదురు షరతు పెట్టెను. "ఓమిత్యుక్త్వా గణేశోపి బభూవకిలలేఖకః" అట్లయిన సరేయని గణపతి వ్యాసునకు లేఖకుడయ్యెను. ఏకదంతుని లేఖనో దంతమును వ్యాసుడిట్లు తెలిపెను.

"వినాయకోయ శ్శివయోరపత్య
మర్థం పుమానర్థ మిభశ్చ దేవః
సవర్తతే భారత సంహితాయాం
వృత్తస్తపో భిర్మమ లేఖ కోత."

ఈ కథ కొన్ని దాక్షిణాత్య మూల ప్రతులలో లేకపోవుటచే కాబోలు దీనిని జనశ్రుతి యని నన్నయ తన భారతోపక్రమణికలో నుటంకించి యుండక పోవచ్చును. కాని దీనిలో నొక తత్త్వార్థమున్నది.

వర్తులాకారముగనుండు విశ్వపరిధిలో కేంద్రము నంటి యేర్పడు వ్యాసరేఖను (Diameter) వ్యాసు డందురు. ఏకరాశిగనున్న వేద పదార్థము దీనిచే విభాగింపబడును. అందువలన విశ్వములో వివిధ పర్వములు వెల యును. వీనిని పురములందురు. పురమునందు జరుగు ప్రాణచరిత్రను "పురా అనతీతి" అను నిర్వచనానుసారము పురాణమందురు. వ్యాసుడు వేదభేదనము చేసి పురాణరూపమున వివృతి నొందించుట యిదియే. ఇది మనలో గూడ జరుగుచున్నది.

విశ్వమూర్తి యగు నీశ్వరుడు పూర్ణేందుడు కనుక వర్తుల వృత్త శరీరము నొందియున్నాడు. పృథివ్యుత్పన్న జీవులమగు మనము అర్ధేంద్రు

లము కనుక వర్తుల వృత్త శరీరము నొందక దీర్ఘ శరీరులమై యున్నాము. మనలోని వెన్నెముకయే వ్యాసము. దీనికి బ్రహ్మదండి యని పేరు. కరచరణాద్యంగములు దీని వలన విభాగింపబడుచున్నవి. ఇది హృదయ కేంద్రము నొరసి యుండును. దీని యందు 33 వెన్నుపూస లొక దానిపై నొకటి పేర్పబడి యుండును. దీని నాశ్రయించి 33 కోట్ల (తెగల) దేవతా గణములున్నారు. ఇచట కోటి యనునది సమూహ వాచకముకాని సంఖ్యా వాచకము కాదు. ఇందు పుచ్ఛ ప్రాణము ప్రతిష్ఠితమైయుండు మొదటి పూస త్రికమనబడును. ఇది ఆకృతి - ప్రకృతి-అహంకృతి యను త్రిత్వ భావముతోగూడియుండును గనుక దీనికి త్రికమని పేరు. ఇది తక్కిన గణముల కాధారమగుటచే దీనిని "గణానాం పతిః గణపతిః అందురు. ఇది మూషక ప్రాణమును వహించి యుండుటచే గణపతి మూషక వాహను డందురు. మూషికత్రికము చెడినచో "ప్లేగు" అను మహామారి వచ్చును. వార్ధక్యమున పుచ్ఛప్రాణము మూర్ఛితమగును గనుక నడుము వంగును. గణపతి పటిష్ఠముగ లేనిచో సర్వకార్యములకు విఘ్నము వాటిల్లును గనుక గణపతిని పూజింతురు.

పుచ్ఛ ప్రాణమగు గణపతి నుండియే వ్యాస రచనము సాగును. వ్యాసునకు గణపతి లేకరి యనుటలోని రహస్యమిదియే। సృష్టి ఆగిపోవునది కాదు; అర్థము లేకుండ సాగిపోవునది కాదు. [illegible] వ్యాసుడు ధారము నాగకుండ జెప్పుటయు, గణపతి అర్థము చేసికొని వ్రాయుటయు సృష్టి నిబంధనములే !

6. ఆధ్యాత్మిక ప్రాధాన్యము

భారతదేశము జగద్గురు పీఠము నలంకరింపగలుగుట యాధ్యాత్మిక విద్యా ప్రభావము వలననే. ఏదోరీతిగా ఆత్మజ్ఞానమును నరుల నరనరాలకు బట్టించి తరతరాలవారిని తరింపజేయుటయే భారతీయ ఋషుల పరమాశయము. మన దేశములో ఆత్మవిద్య రంగరింపబడని కళారంగమేలేదు. వేయేల? ఋషులు బ్రహ్మ భావమును లక్ష్యమందుంచుకొనియే శైశవ దశలోని విద్యాభ్యాసమునకు అక్షరాభ్యాసమని పేరిడిరి. "అక్షరం బ్రహ్మపరమం స్వభావోఽధ్యాత్మముచ్యతే" (గీత) హృదయమందు బ్రహ్మభావములేని వాడెంత విద్వాంసుడైనను, అతడు నిరక్షరకుక్షి యనియే వారి నిశ్చితాభిప్రాయము.

"నిరక్షరస్యాపితు యస్యకుక్షౌ
బ్రహ్మైవచాఽభాతి సఏవ సాక్షరః
సర్వాక్షర స్యాపితు యస్యచిత్తే
బ్రహ్మైవ నా ఽభాతి సవై నిరక్షరః"

దురవగాహమగు వేదార్థమును సామాన్యజను లందరకు నందించుటకు పరమానుకంపా హృదయుడగు వ్యాసుడు వివిధములగు నాఖ్యానములను ఉపాఖ్యానములను రచించెను.

"ఆఖ్యానైశ్చా ప్యుపాఖ్యానైః గాథాభిః కల్పశుద్ధిభిః
పురాణ సంహితాం చక్రే భగవాన్ బాదరాయణః"

భారతమునందలి ఆధ్యాత్మిక ప్రాధాన్యమును నిరూపించు ప్రమాణములు కోకొల్లలు గలవు. ఈ క్రింది యుపపత్తుల నరయుడు:-

1. భారతము రచించినవాడు వేదవ్యాసుడు. కావున వేదార్థ ప్రతిపాదనమే యాతని యాశయమగును. అతడు స్వయముగ నిట్లుచెప్పినాడు.

'భారత మిషమునఁ బలికితి వేదార్థభావమెల్ల" (భాగ. 1-85) భారతము మిషయేనట! చెప్పదలచిన అసలు విషయము వేదార్థమట. అట్లయినచో మనము తెలుసుకొనవలసిన అసలు విషయము కూడ అదియేకదా!

2. "ఇతిహాస పురాణాభ్యాం వేదం సముపబృంహయేత్" అనుట వలన భారత మితిహాసమైనను వేదార్థ వివరణమే దీని ప్రధాన లక్ష్యమని వెల్లడి యగుచున్నది. "భారతం పంచమో వేదః" అని ప్రతీతియే కలదు కదా! దీని నాంధ్రీకరించిన నన్నయ తిక్కనలు భారత సంహితయని, భారతామ్నాయమని ప్రయోగించుట దీనికి ప్రోద్బలకమే.

3. భారతములో నాధ్యాత్మిక భాగము కథా భాగమునకు మూడు రెట్లున్నది. ఇతివృత్తమునందుగూడ ఆత్మవిజ్ఞానము అంతర్వాహినిగ ప్రవహించు చున్నది. మానవుని చిత్తవృత్తులే భారత పాత్రలు. వారి నామములు వారి గుణముల కనుగుణముగనే యున్నవి. ధర్మాధర్మ సంఘర్షణమే భారత సంగ్రామ మర్మము.

4. జననుత కృష్ణద్వైపా
యన ముని వృషభాభిహిత మహాభారత బ
ద్ధ నిరూపితార్థ మేర్పడఁ
దెనుఁగున రచియింపు మధిక ధీయుక్తిమెయిన్"

అని రాజరాజు నన్నయను గోరినాడు. ఇందు మహాభారత బద్ధ నిరూపితార్థ మనగా భారత కథయందు నిబద్ధమైన తత్త్వార్థమే యభిప్రేతము. అది నిగూఢము కనుకనే యధిక ధీయుక్తితో దాని నేర్పడ దెనుగున రచియింపుమనుట.

5. "దుర్గమార్థ జలగౌరవ భారత భారతీ సముద్రముఁదఱియంగ నీఁదను విధాతృనకైనను నేరఁబోలునే" అని శబ్దశాసనుడు సంకోచించి

నాడు ఇందలి పరమార్థము దుర్గమమైనది. భారతము సర్వమానవ మనః ప్రవృత్తులకు సంబంధించిన గంభీరార్థ సంశ్లేషణ గ్రంథమగుట వలననే సముద్రమగును గాని, కేవల కౌరవ పాండవుల భౌతిక చరిత్ర మాత్రమే యగుచో పిల్లకాల్వయే యగును.

6. భారతమునందుగల అంతర్బాహ్య దృష్టులనుగూర్చి అవతారికలో నన్నయ యిట్లు సూచించినాడు.

ఉ॥ సారమతిన్ గవీంద్రులు ప్రసన్న కథా కలితార్థయుక్తిలో
నారసి మేలునా నితరు లక్షర రమ్యత నాదరింప నా
నా రుచిరార్థ సూక్తినిధి నన్నయభట్టు తెనుంగునన్ మహా
భారత సంహితారచన బంధురుఁడయ్యె జగద్ధితంబుగన్॥

ఇందు 'లోనారసి' యనుదానికి తత్త్వ దృష్టితో లోపల పరిశీలించి యనియే యర్థము. అట్లుచేసిన బుద్ధిమంతులకు అంతర్మనస్సులో భారతకథ ప్రతిబోధ విదితమై ప్రసన్నమగును. అందు తెలియబడిన పరమార్థము ఆనంద రసానుభూతిని గలిగించును. కావున బాహ్యదృష్టికంటె నంత ర్దృష్టియే మేలైనది. సామాన్యులు బాహ్యార్థమును జూచి సంతోషింతురు గాక !

సారమతి = విశుద్ధమైన యంతర్మనస్సు; ప్రసన్నకథ = అందు ప్రతిఫలింపబడిన నిర్మలమైన కథ; కలితార్థయుక్తి = అందు పొంద బడిన పరమార్థ యోజనము. "కథా కవితార్థయుక్తి" అను పాఠాంత రములో సారస్యములేదు. లక్షణ గ్రంథములలో నెందును కథాకవిత"అను పదప్రయోగము కానరాదు. లోన్ + అరసి = లోపల వెదకి- నిగూఢమైన భారత పరమార్థము పైకి గోచరింపదు కనుక లోపల పరిశీలింపవలయు

సమః;మేలునాన్ = అంతరార్థము బాహ్యార్థము కంటె మేలైనది; ఇతరులు =సామాన్యులు; అక్షర రమ్యత=శబ్ద సౌందర్యము - ఇది బాహ్యార్థమునకు సంబంధించినది; నానారుచిరార్థసూక్తినిధి:- ఈ విశేషణమును మహాభారత సంహిత కన్వయించుట సమీచీనము. ఇందనేక ఉపాఖ్యానములు గలవు. వాని యన్నిటికి బాహ్యార్థములు నంతరార్థములు వేరువేరుగ నున్నవి. ఇది యనేక సూక్తులకు విధానము. నానా రుచిరార్థ సూక్తి విధి యగు మహాభారత సంహితను పండిత పామర జన రంజకముగా నన్నయ భట్టు తెనుగు సేతకు బూనుట జగద్ధితము. విశ్వము ఈశ్వరునకు లోపలిది; మనకు బయటిది. దీనిని లోపల పరిశీలింప వలయునని శ్రుత్యుపదేశము.

"పరాంచిఖాని వ్యతృణ త్స్వయంభూ
స్తస్మాత్పరాఙ్పశ్యతి నాంతరాత్మన్
కశ్చిద్ధీరః ప్రత్యగాత్మానమైక్ష
దావృత్తచక్షురమృతత్వ మిచ్ఛన్'' - (కఠ)

7. ఎఱ్ఱన భారతార్థ భంగిమముల నిట్లు వింగడించెను:-

భాసుర భారతార్థముల భంగులు నిక్క మెఱుంగ నేరమిన్
గాసట బీసటే చదివి గాథలు త్రవ్వ తెనుంగు వారికిన్
వ్యాసముని ప్రణీత పరమార్థము తెల్లము జేసినట్టి య
బ్జాసన కల్పులం దలఁతు నాద్యుల నన్నయ తిక్కనార్యులన్
(నృసిం)

నన్నయ తిక్కనలు తెల్లముచేసినది తెలుగు సేతయే కాని భారత పరమార్థము కాదు. అది యంతర్నిహితముగనే యున్నది. చాతురీ సమపేతమైన వారి తెలుగు సేతకు చేతులెత్తి జోత లర్పింపవలసినదే.

8. భారతమునందే దాని గుణవిశేషము లిట్లు ప్రణుతింపబడినవి:-

"కమనీయ ధర్మార్థ కామ మోక్షములకు
నత్యంత సాధనంబయిన దాని....
వాఙ్మనః కాయ ప్రవర్తితానేక జి
హ్మాఘ నిబర్హణంబయినదాని"

శా॥ ఆయుష్యం బితిహాస వస్తు సముదాయం బైహికాముష్మిక
శ్రేయః ప్రాప్తి నిమిత్త ముత్తమ పథా సేవ్యంబు లోకాగమ
న్యాయైకాంత గృహంబునాఁ బరఁగి నానావేద వేదాంత వి
ద్యాయుక్తంబగుదానిఁ జెప్పఁదొడఁగెం దద్భారతాఖ్యానమున్."

ఇందు భారతము చతుర్విధ పురుషార్థ సాధకము. పాపనాశకము. వేద వేదాంత విద్యా ప్రబోధకమునని విశదీకరింపబడినది. ఆధ్యాత్మిక దృష్టితో పరిశీలించినపుడు మాత్రమే యివి సాధ్యపడును.

9. అన్వర్థ నామధేయుడగు మేధావి తండ్రితో జెప్పిన మాటలు వినుడు:-

"అనఘా మృత్యువు నమృతంబును దేహమునంద కలవు."

ఉ॥ కావున లోక సంశయముఁ గన్గొని యెల్లెడ నిర్మముండవై
నీవును శాంతియున్ సమత నిష్ఠయుఁ బూని గుహా ప్రవేశ నం
భావన నాత్మ దర్శన విభాగివి కమ్మనినం దదీయ వి
ద్యావచనంబులన్ జనకుఁడట్టిఁడయై వెలిఁగెం గృతార్థతన్"

(శాంతి 4-388)

10. భీష్ముడు ధర్మరాజునకు చేసిన హితోపదేశము గనుడు :-

క॥ నరనాథ యమృతమగు ను
న్నరూపుగనుదీవు మరగునా చెప్పిన యి
ప్పరమేతిహాస వాక్యో
త్కరంబు నర్థంబు చిత్తగతమగు చుండవ్॥ - (శాంతి)

11. సనత్కుమారుడు శివునితో చెప్పిన మాటలరయుడు :-

ఆ॥ సకల జంతువులకు సామాన్య మధ్యాత్మ
మాదిగాగఁగల్గు నంతవట్టు
విట్లుగాగ నెఱుఁగు కెఱుగుట యొందుమై
గనుట యెఱుక గాదు కామ దమన

"ఇవ్విధమున దేహాంతర్గత దైవతములం గాంచు యోగి కెవ్వరు నరిగారు" (అను 4-187). దీనిని బట్టి భారతము నాధ్యాత్మికముగా తెలియుటయే తెలియుట గావి మరియొక లాగున తెలియుట తెలియుటయే కాదని తేలి పోవు చున్నది.

12. శ్రీకృష్ణుడు ధర్మరాజునకు మనస్తాపోపశమనము చేసిన విధము పరికింపుడు :-

"భీష్మాది యుద్ధ తంత్ర మారయంగ యుద్ధంబుగాదందుఁ బుట్టు కీడు మేలేమియును జిత్తగింపకుండు-దానినెట్లు యుద్ధంబు గాదనియెదంచేని వినీ మిథ్యా యుద్ధంబు. సత్య యుద్ధ మాకర్ణింపుము.

ఉ॥ అమ్మెయి బంధు మిత్రుల సహాయత కల్మి ప్రయోజనంబులే
దమ్మహనీయ యుద్ధమున కొత్మయు తోడు మనంబు శత్రుడీ
వెమ్మెయినైన శాంతి ఘటియింపుము లోపగఁ దీర్పుమందు శాం
తమ్మచుమీ మనో విజయితవ్ వెలుఁగొందుము శాంతబుద్ధిపై ॥

గీ॥ అంతరంబగు నిక్కయ్య మరిప గెలువ
కిట్ల యేగతి బోయెదో యెఱుఁగ దీని
నీవ కనుఁగొని సద్బుద్ధి నిశ్చయప్ర
వీణుఁడవు గమ్మ మాటలు వేయునేల ॥
(ఆశ్వ 1: 116-119).

ఆయీ మాటలన్నిటి సారాంశమేమనగా భారతము నెవరికి వారే తమకు సమన్వయించుకొని జన్మ సాఫల్యమొంద వలయునవియే.

13. గ్రంథాదిని శౌనకాది మునులు హృద్యము, సమగ్ర జ్ఞాన ప్రదము, అఘ నిబర్హణమునైన కథ చెప్పుమని సూతునడిగిరి. గ్రంథాంత మున వైశంపాయనుడు జనమేజయునితో భారతేతిహాసము విని బహుళ పుణ్యాత్ముడవు, కృతార్థుడవు, పరమార్థ విదుడవునైతివనెనుగాని రాజ నీతిజ్ఞుడవు, లాకణికుడవునైతివని యితర ప్రయోజనము లెవ్వియు సూచించిపలేదు. ఉపక్రమోపసంహారములను బట్టి పరమార్థసాధనమే గ్రంథ ప్రయోజనమనుట నిర్వివాదము.

14. భారత రచన వలన కవిత్రయమువారు తమకై కామాశించినది మోక్షఫలమే కాని యన్యము కాదు. "భారత భారతీ శుభగభస్తిచయంబులఁ జేసి ఘోర సంసార వికార సంతమస జాలమువాపి " అని తొలుదొలుతనే నన్నయ తన కోరిక వెలిబుచ్చినాడు. " ఇంక జన్మాంతర దుఃఖముల్ దొలఁగునట్లుగఁజేసి సుఖాత్ముఁజేయవే'' అని తిక్కన తనకు స్వప్నములో సాక్షాత్కరించిన జగన్నాథుని వేడుకొనినాడు.

15. ఫల శ్రుతి యందిట్లు చెప్పబడినది : -

ఉ॥ వ్యాసమునీంద్రపార కరుణాతిశయంబున భారతార్థ ము
ద్భాసితమైన యట్టి సుతభాగ్యునకున్ సకలాగమార్థ సం
వాసనమావహిల్లు జనపంక్తులు గీర్తనసేయ శశ్వ దు
ల్లాస సుఖానుభూతి నచలస్థితినొప్పు నతండుదాత్తుడై॥
- (స్వర్గ - 92)

భారతార్థము వ్యాసమునీంద్రుని కృపావిశేషము వలననే కాని మన స్వప్రజ్ఞ వలన తెలియబడదట। ఇది విడ్డూరముగా తోచును గాని పరమ యదార్థము. వ్యాస ప్రాణ మందరిలోనున్నది. గుప్త రహస్యములు గురు ముఖతః తెలియ దగినవి.

16. మహాభారత పరమార్థము శ్రీ కృష్ణుడు. అతడు తన్ను మూడు విధములుగా తెలిసికొనవలయునని చెప్పినాడు. "సాధి భూతాది దైవం మాం సాధియజ్ఞంచయే విదుః" విశ్వసంస్థ అధిభూతము; ఈశ్వర సంస్థ అధిదైవతము; జీవ సంస్థ అధ్యాత్మము. ఆధ్యాత్మికముగ నందరకు సమన్వయపడు భారత మొకానొకప్పుడు భౌతికముగా జరిగిన చరిత్రయే యని మరువరాదు. అధిదైవతమునుండి అధిభూతము వెలయును. ఆ యీ రెంటినిబట్టి అధ్యాత్మము వెలయును. విద్యలన్నిటిలో నధ్యాత్మ విద్య శ్రేష్ఠమైనది. ఏలయన నిందు అధిదైవత–అధిభూతముల సమన్వయమే కాక అధియజ్ఞ విశేషముకూడ కలదు. కావుననే "అధ్యాత్మ విద్యా విద్యా నామహం" అని గీతలో భగవంతుడు దీనిని ప్రశంసించినాడు. జీవేశ్వర సంస్థలను మేళగించి వైజ్ఞానిక దృష్టితో పరిశీలించినచో మహాభారత మౌలిక రహస్యము స్వయం విదితమగును.

7. భారత వైలక్షణ్యము

భారతము ఇతిహాస గ్రంథము. ఇది జరిగిన కథయే కాని కల్పితము కాదని ఇతిహాస శబ్దమే చెప్పుచున్నది ''ఇతి-హ-ఆస = ఇటుల-నే-జరిగెను'' అని దీని వ్యుత్పత్తి. ఇతిహాస శబ్దమును లాక్షణికులిట్లు నిర్వచించిరి.

ధర్మార్థ కామ మోక్షాణా ముపదేశ సమన్వితం
పూర్వ వృత్త కథాయుక్త మితిహాసం ప్రచక్షతే"

"ఇతిహాస పురాణాభ్యాం వేదం సముపబృంహయేత్" అనుటంబట్టి పురాణేతిహాసములు వేద వివృతములని విశదమగుచున్నది. పురాణము సృష్టి విజ్ఞానమును వివరించును. ఇతిహాసము మానవ వంశ చరిత్రను నిరూపించును ఇవి ముఖ్య గౌణ భేదముంబట్టి యొకదానియందొకటి యుండును. వేదార్థ వివరణమునందు పురాణేతిహాసములు సమాన కక్షను జెందినవి వీని యందలి యాఖ్యానములు 1 ఆధిదైవిక 2. అధ్యాత్మిక 3. ఆధిభౌతిక 4. ఆధిదైవికాధ్యాత్మిక 5. ఆధిదైవికాది భౌతిక 6. ఆధి భౌతికాధ్యాత్మిక 7. ఆధిదైవికాధ్యాత్మికాధిభౌతిక 8. అసదాఖ్యాన భేదములచే నెనిమిది విధములు. ప్రకృతి యందలి యలౌకిక రహస్యములను బోధించుటకు విదాన విద్యానుసారము ఋషులు కొన్ని యసదాఖ్యానములను గల్పించిరి. అగస్త్యుని సముద్రపానమువంటి యమానుష వృత్తములీ కోటిలోనివి. ఇవి ప్రాణ విద్యకు జెందినవి. పాశ్చాత్యులు వీనియందలి యాధ్యాత్మిక తత్త్వరహస్య మెరుంగక మన పురాణేతిహాసము లన్నియు మిథ్యాఖ్యానములు (Mythology) అనుకొనుట యవివేకము. దానికి మనము తలయూచుట యంతకంటె నవివేకము.

భారతము ఇతిహాస గ్రంథమైనను జ్ఞానవిజ్ఞానకోశము. ఇది సర్వ శాస్త్రముల సారభూత నవనీతము. ఇందు సర్వధర్మములు ప్రపంచింప

బడినవి. సకల వేదాంత సారమైన శ్రీమద్భగవద్గీతా శాస్త్రము దీని గర్భ శుక్తిముక్తా ఫలమే. ఇది యొకటియేకాదు - విశ్వమానవ శిరోధార్యము లగు గీతా రత్నము లీ మహాభారత సముద్ర గర్భము నందెన్నో యున్నవి. ఇందు లేనిది యెందును లేదు; ఎందులేనిదియు నిందున్నది" "యది హాస్తి తదన్యత్ర. యన్నేహాస్తి నతత్క్వచిత్ " అని యొక్క మాక్కలో దీని సంపూర్ణత వక్కాణింపబడినది. మహాభారత యశోగానము నేయు నీ క్రింది శ్లోకముల దిలకింపుడు.

" పురాణ సంహితాః పుణ్యాః కథాః ధర్మార్థ సంశ్రితాః
ఇతివృత్తం నరేంద్రాణాం ఋషీణాంచ మహాత్మనామ్ ॥
బ్రహ్మన్ వేదరహస్యంచ యచ్చాప్యభిహితం మయా
సాంగోపనిషదాం చైవ వేదానాం విస్తర క్రియా ॥
గ్రహ నక్షత్ర తారాణాం ప్రమాణంచ యుగైస్సహ
ఋచో యజూంషి సామాని వేదాధ్యాత్మం తథైవచ ॥
తీర్థానాంచైవ పుణ్యానాం దేశానాంచైవ కీర్తనం
నదీనాం పర్వతానాంచ వనానాం సాగరస్యచ ॥
యాచ్చాపి సర్వగం వస్తు తచ్చైవ ప్రతిపాదితం
పరం నలేఖకః కశ్చిత్ ఏతస్య భువి విద్యతే ॥
అర్థశాస్త్ర మిదం ప్రోక్తం ధర్మశాస్త్ర మిదం మహత్
కామశాస్త్ర మిదం ప్రోక్తం వ్యాసేనా మిత బుద్ధినా ॥

బహుముఖ శాస్త్ర దర్పణమగు భారతమును నన్నయ యిట్లు ప్రశంసించెను

సీ॥ ధర్మ శాస్త్రజ్ఞులు ధర్మ శాస్త్రంబని
యధ్యాత్మ విదులు వేదాంతమనియు
నీతి విచక్షణుల్ నీతి శాస్త్రంబని

కవి వృషభులు మహా కావ్యమనియు
లాక్షణికులు సర్వలక్ష్య సంగ్రహమని
యైతిహాసికు లితిహాసమనియుఁ
బరమ పౌరాణికుల్ బహుపురాణ సముచ్చ
యంబని మహిఁగొనియాడుచుండ

ఆ॥ వివిధ వేదతత్త్వ విదుఁడు వేదవ్యాసుఁ
డాదిముని పరాశరాత్మజుండు
విష్ణుసన్నిభుండు విశ్వజనీనమై
పరఁగు చుండఁజేసె భారతంబు ॥

ఆదేమి చిత్రమో కాని, భారతేతిహాసము సర్వమానవ మనఃప్రవృత్తులతో ప్రకృతిసిద్ధ సమన్వయము నొంది యుండుట మహాశ్చర్యము. భారతము నందలి భౌతిక చరిత్ర నందరు నెరుంగుదురు కాని యందరికు ననువర్తించు నందలి ప్రాణచరిత్ర నెరుంగరు. ప్రతి మానవుడు తన పాత్రను భారతములోని ఆయా ఘట్టములందు వెదకికొని సరిదిద్దుకొనవచ్చును. చరణ త్రాణములకు పనికివచ్చునది చరిత్ర యను శబ్దార్థము భారతము పట్ల చరితార్థమైనది. ఇట్టి మానవ చరిత్ర యేదేశమందును వెలువడలేదని ఘంటాపథముగా జెప్పవచ్చును. ప్రతివ్యక్తికి తన స్వరూప పరిచయము చేసికొనుటకు భారతపఠన మవశ్య కర్తవ్యము. ఆనాటి భారత పాత్రల భౌతిక రూపములు మాత్రమే వేరు కాని, యీ ప్రాణ చరిత్రి సర్వ కాలములందు సర్వమానవులందు నిట్లే జరుగుచుండును. ఇది నిత్య సత్యము. ఇది యిట్లే జరిగెను-జరుగుచున్నది-జరుగును. ఇదే జగద్గురు భారత ఇతి-హ-ఆస వైలక్షణ్యము!

8. పర్వ సంగ్రహము

భారత భాగములకు పర్వములని పేరు. "పిపర్తీతి పర్వన్" (పౄపాలన పూరణయోః) అను కోశ నిరుక్తింబట్టి వస్తు రక్షా పూరకమగు దానిని పర్వమందురు. పర్వ శబ్దము అగ్నిత్రయీ వేదమునకు జెందినది. వ్యష్టిగా సమష్టిగా విశ్వస్వరూపమంతయు సోమగర్భితాగ్నియే. వస్తువు నకు ఉపక్రమ స్థానము ఋక్కు; ఉపసంహార స్థానము సామ, రెంటి మధ్య గల వస్తుప్రస్తారము యజుస్సు. ఇవి యగ్నిపర్వములు. భారత మగ్నివిద్య కనుక నిందలి భాగములకు పర్వములని పేరు.

పర్వమనగా గ్రంథి. రస-బలముల గ్రంధి బంధనమే సృష్టి. రస-బలచితుల తారతమ్యమునుబట్టి జీవ సృష్టియందు వివిధ గ్రంథు లేర్పడును. ప్రతి గ్రంథియు రసాత్మకమైనది కనుక భారతము ప్రతిపర్వ రసోదయ మగును. భారత పర్వములు పౌష్యమాదిగ భవిష్యత్పర్వము వరకు నూరు గలవు. ఐతిహాసిక మర్యాద ననుసరించి వ్యాసుడు వీనిని పదునెనిమిది పర్వములుగ సంగ్రహించెను. ఇవి వస్తుతః మానవ జీవితమునకు సమన్వయించును.

1. మానవుడు తన పుట్టుక తానెరుగడు. అజ్ఞానమునందే సృష్టి జరుగుచున్నది, "అవ్యక్తాదీని భూతాని" (గీత) శిశువు గర్భమున ప్రవేశించుట—అనేక సంస్కారములతో భూమిపై జన్మించుట - ఆది పర్వము. మానవుని చిత్తవృత్తులే భారత పాత్రలు. వీని జన్మ వృత్తాంతములే ఆది పర్వములో నభివర్ణింపబడినవి.

2. సర్వేంద్రియ మనో వికాసము - సభాపర్వము.

3. ఆత్మజ్ఞాన సముపార్జనము - ఆరణ్య పర్వము. ఇది ఉపాస నకు సంబంధించినది. ఉపాసనాకాండకు చెందిన వేద భాగమునకు ఆరణ్యక మని పేరు.

4. విరాడుపాసన—విరాట పర్వము. ఇది రహస్య భావమునకు చెందినది కనుక అజ్ఞాతముగనే జరుగవలెను.

5. ఆత్మ విజయమున కుద్యోగించుట — ఉద్యోగ పర్వము. ఉత్ + యోగము = ఉద్యోగము. ఉత్తమ పురుష యోగమునకు ప్రయత్నించుట.

6 - 10. అసుర వృత్తులను జయించుట-యుద్ధ పంచకము. (భీష్మ-ద్రోణ-కర్ణ-శల్య-సౌప్తిక పర్వములు).

11. తరువాత స్త్రీ పర్వ మద్దువచ్చును. "ప్రకృతిః స్త్రీ" స్త్రీ పర్వము శుక్రతత్త్వమునకు చెందిన శ్రాద్ధ పర్వము. "శ్రద్ధయా దీయతే ఇతి శ్రాద్ధం" స్త్రీ పర్వము ప్రత్యేక శ్రద్ధతో గమనింపదగిన విషయము. కావుననే యిది ఆది పంచకము, యుద్ధ పంచకము, శాంతి సప్తకము వలె గుది గ్రుచ్చబడక ప్రత్యేక విభాగముగ నున్నది. శుక్రఘట్టము బలీయమైనది. దీని విషయము వామన చరిత్రలో వివరింపబడినది. బలి వామనునకు దానమీయబోగా, శుక్రి మద్దుపడును. వామనుడు దర్భతో శుక్రుని కన్ను పొడిచి, బలిని పాతాళమునకు ద్రొక్కును. అప్పుడు బలి సరియైన మార్గములో నుండును, రస విజృంభణము జరుగును.

12. సర్వధర్మ సంగ్రహణము — శాంతి పర్వము.

13. వేదశాసనాను వర్తనము - అనుశాసనిక పర్వము.

14. అంతర్యాగము - అశ్వమేధ పర్వము.

15. అనాసక్త కర్మానుష్ఠానము - ఆశ్రమ వాస పర్వము.

16. ఆత్మ విక్రమణము — మౌసల పర్వము.

17. సూర్యాభిముఖముగా మహా పథమున నేగుట-మహా ప్రస్థానిక పర్వము.

18. స్వస్వరూప స్థితి నొందుట - స్వర్గారోహణ పర్వము.
"స్వస్వరూప గమన మేవ స్వర్గమ్ "

ఇందు దుర్యోధన ప్రవృత్తితో గూడిన మొదటి 11 పర్వములు అశాంతి భావమునకు, ధర్మ ప్రవృత్తితో గూడిన చివరి 7 పర్వములు శాంతి భావమునకు నిర్దిష్టములు

9. దేవదానవ ప్రముఖుల యుత్పత్తి క్రమము

తొల్లి సృష్టికర్త యగు బ్రహ్మకు మరీచి - అంగిరసుడు - అత్రి పులస్త్యుడు-పులహుడు-క్రతువు అను నార్వురు మానస పుత్రులును. దక్ష ప్రజాపతియు నుదయించిరి. అందు మరీచికి కశ్యప ప్రజాపతి పుట్టెను. దక్షునకు 50 మంది కూతులు పుట్టిరి. అతడు వారిలో శ్రద్ధాదులు 10 మందిని ధర్ముడను మనువున కిచ్చెను; అశ్విన్యాదులు 27 మందిని చంద్రున కిచ్చెను; అదితి-దితి మున్నగు 13 మందిని కశ్యపున కిచ్చెను. కశ్యపుని వలన సర్వ భూతోత్పత్తి జరిగెను. ఇతని వలన అదితికి ద్వాదశాదిత్యులు పుట్టిరి; దితికి హిరణ్యకశిపుడు పుట్టి దైత్యులు విస్తరిల్లిరి; దనువునకు దానవులు పుట్టిరి; కాలకు వినాశాదులు పుట్టిరి. అనాయువునకు బల, వృత్రాదులు పుట్టిరి. సింహికకు రాహువు పుట్టెను; ముని యనుదానికి గంధర్వులు పుట్టిరి; కపిలకు ఘృతాచీ మేనకాద్యప్సరసలు పుట్టిరి; కద్రువకు శేష వాసుక్యాది భుజంగ ముఖ్యులు పుట్టిరి, వినతకు అనూరుడు - గరుడుడు పుట్టిరి.

బ్రహ్మమానస పుత్రుడైన అంగిరసునకు బృహస్పతి (సురగురుడు) పుట్టెను అత్రికి చంద్రుడు పుట్టెను. పులస్త్యునకు రాక్షసులు పుట్టిరి. పులహునకు కిన్నర కింపురుషాదులు పుట్టిరి. క్రతువునకు పతంగ సహచరులు పుట్టిరి. బ్రహ్మ హృదయమున భృగువు పుట్టెను. వానికి శుక్రుడు (అసురాచార్యుడు) పుట్టెను.

దేవ దానవుల యంశలచే భూమియందు పుట్టినవారు :—

విష్ణువు = కృష్ణుడు; శేషువు=బలరాముడు; లక్ష్మి=రుక్మిణి; సనత్కుమారుడు = ప్రద్యుమ్నుడు; అప్సరసలు = షోడశ సహస్ర గోపికలు;

వేల్పులు= యదువృష్ణి భోజాంధక వీరులు. ప్రధాన వసువు= భీష్ముడు; బృహస్పతి=ద్రోణుడు, కామక్రోధములు=అశ్వత్థామ, ఏకాదశ రుద్రులు= కృపుడు; ద్వాపరము=శకుని, హంసుడను గంధర్వరాజు= ధృతరాష్ట్రుడు; మతియను వేల్పు=గాంధారి; కలి=దుర్యోధనుడు; పౌలస్త్యులగు రాక్షసులు= ధార్తరాష్ట్రశతము; హిరణ్యకశిపుడు=శిశుపాలుడు; సంహ్లాదుడు=శల్యుడు; గుహ్యకుడు=శిఖండి; మరుదంశలు=ద్రుపద సాత్యకి విరాటులు; ధర్ముడు= విదురుడు. మరుద్గణము = పాండురాజు. సిద్ధి-బుద్ధి = కుంతీ మాద్రులు; సూర్యుడు=కర్ణుడు; యముడు=ధర్మరాజు; వాయువు=భీముడు; ఇంద్రుడు= అర్జునుడు; అశ్వినులు=నకుల సహదేవులు; శ్రీదేవి=ద్రౌపది; అగ్ని= దృష్టద్యుమ్నుడు.

వ్యాఖ్య:- సృష్టి పంచ పర్వాత్మకము. అందు

1. స్వయంభూ (బ్రహ్మ):- సృష్టికి పూర్వమందున్న ఘోరాంధకార తమస్సును భేదించుకొని మొట్టమొదట విశ్వ ప్రథమ పర్వమగు స్వయంభూ వికాసము కలిగెను. ఇది స్వయముగ సముద్భూతమైనది కనుక దీనిని "స్వయముద్భూతొ స్వయంభూః'' అందురు. దీనిని వేదమయుడగు బ్రహ్మ యధిష్ఠించి యుండును. ఇది పరమాకాశ రూపము; ఋషి ప్రాణ మండలము. సృష్టిప్రవర్తకమగు మౌలిక ప్రాణము " అరిషత్ " అను వ్యుత్పత్తిచే ఋషి యనబడును. ఇది బ్రహ్మ భావనచే అనేక విధము లగును. అందు ఆరుగురు మహర్షులు ముఖ్యులు. ఇది మానసీ సృష్టికి సంబంధించినది కావున వీరు బ్రహ్మ మానసపుత్రులనబడిరి

"బ్రహ్మణో మానసాః పుత్రాః విదితాః షణ్మహర్షయః
మరీచిరంగిరా అత్రిః పులస్త్యః పులహః క్రతుః"

2. పరమేష్ఠి (విష్ణువు):- ఋషియొక్క ప్రాణ వ్యాపారమువలన స్వయంభూవాక్కు (ఆకాశము) ద్రుతమై ఆపోరూపమున పరిణతమగును. ఇది పితృప్రాణ మండలము. దీనిని పరమేష్ఠి యందురు. "పరమే స్థానే తిష్ఠంతి తస్మాత్పరమేష్ఠీ." ఇది ఘోరతమో రూపము. మనకగపడు నాకాశ నీలిమ యిదే! వాయు రూపమగు నీ యాపస్సముద్రమును విష్ణువు అధిష్ఠించి యుండును. ఇతనిని "సముద్రశాయి -నారాయణుడు' అందురు.

పరమేష్ఠి భృగు-అంగిర-అత్రిమయుడు ఆప-వాయు- సోమములు మూడును భృగు ప్రాణములు. ఇవి స్నిగ్ధములు. పిండ సృష్టికిహేతువులు. ఇందలి ఆప్య ప్రాణ మసురులు. కావున భృగునందనుడగు శుక్రుడు అసుర గురువయ్యేను. అగ్ని - యమ - ఆదిత్యులు మూడును అంగిరస ప్రాణములు. ఇవి తేజోమయములు, స్వరూప నిర్మాణ హేతువులు. ఇందలి యాగ్నేయ ప్రాణము దేవతలు. కావున అంగిరస పుత్రుడగు బృహస్పతి దేవగురుడయ్యెను. యముడు మృత్యు ప్రాణము. ఇత భృగ్వంగిరులవలె మూడుకానిది న + త్రి= అత్రి యనబడును. ఇది సౌమ్య విద్యుత్ప్రాణము. ఇది యద్దమునకు వెనుక కళాయువలె పార దర్శకతా భావమును నిరోధించి వస్తుమూర్తులను ప్రతిఫలింపజేయును. బాహ్యవస్తు స్వరూపములు కంటి ద్వారా మన మనస్సులో ప్రవేశించినపుడు వానిని ప్రతిబింబింప జేసి మన కగపడ జేయునది అత్రి ప్రాణమే.

3. సూర్యుడు (ఇంద్రుడు) :- పరమేష్ఠి యందలి భృగు సోమముచే అంగిరోగ్ని ప్రజ్వలితమై సూర్య రూపమున పరిణమించును. ఇది హిరణ్మయ తేజో రూపము; దేవ ప్రాణ మండలము. "చిత్రం దేవానా ముదగా దనీకం" (యజుః). దీనిని స్వర్గ లోకమందురు. ఇంద్రుడు దీని నధిష్ఠించి యుండును. సూర్యుడు విశ్వ కేంద్రమందున్నాడు. ఇతని

పైది యమృత భాగము; క్రిందిది మర్త్య భాగము. సూర్యరశ్మిని మరీచి యందురు. లోకపశ్యకమగు సూర్య మండలమును కశ్యపుడందురు. "కశ్యపః పశ్యకో భవతి". పృథ్వి సూర్యుని చుట్టును దిరుగు నియత కక్ష వృత్తమును క్రాంతి వృత్తమన్నట్లు, చంద్రుడు పృథ్వి చుట్టును దిరుగు నియత కక్ష వృత్తమును దక్ష వృత్తమందురు. ఇదియే దక్ష ప్రజాపతి. క్రాంతి వృత్తమునందు సౌరాగ్ని ప్రధానము. ఇది పురుష భావపరివర్తకము. దక్ష వృత్తమునందు సోమము ప్రధానము; ఇది స్త్రీ భావ ప్రవర్తకము. కావున దక్ష ప్రజాపతి కందరును పుత్రికలే పుట్టిరి. సౌర సంవత్సర చక్రమున మలిమ్లుచ మాసముతో 13 మాసములు గలవు. కశ్యప సూర్య సంబంధమున దక్ష వృత్తము 13 భాగములగును. ఇవే పురాణములందు అదితి – దితి–కద్రూ–వినతాది నామ ప్రసిద్ధములు. అయీ దాక్షాయణులతో మిథున భావమునొంది కశ్యప సూర్యుడు సర్వ భూతోత్పత్తి గావింప సమర్థుడగును. సూర్యాభిముఖముగనుండు పృథివ్యర్ధ మండలమును 'అదితి' యందురు. దీనికి విరుద్ధ దిశ నుండు పృథివ్యర్ధ మండలమును 'దితి' యందురు. భూపరిభ్రమణమునుబట్టి కశ్యప సంస్థయందు అదితి-దితి వికాసముండును. వీరికి దేవ-దానవులుద్భవింతురు. దేవ ప్రాణము ద్యులోకమునందు ద్వాదశాదిత్యులుగను, అంతరిక్షమునందు ఏకాదశ రుద్రులుగను, పృథ్వియందు అష్టవసువులుగను, వీటి సంధుల యందు ఇరువురు అశ్వినులుగను విభక్తమగుటచే మొత్తము 33 కోట్ల (జాతుల) దేవతలు సిద్ధింతురు. మిథున కాలమున ఖగోళము నందుండు కశ్యప సంస్థనుబట్టి గర్భస్థ జీవునకు దేవాసుర భావము లుత్పన్నమగును. శ్రుతి అదితి నిట్లు నిరూపించుచున్నది.

" అదితిర్ద్యౌ రదితి రంతరిక్ష మదితిర్మాతా సపితా సపుత్రః
విశ్వేదేవా అదితిః పంచజనా అదితిర్జాత మదితిర్జనిత్వమ్"

చాంద్ర సంబంధమున దక్షవృత్తము 27 నాక్షత్రిక భాగములగును. ఇవి చంద్రపత్నులు. అశ్విన్యాది 27 నక్షత్రములు మూడేసి చొప్పున సర్పాకారమున 9 వీధులుగ నేర్పడును. వీనిని నాడీ సర్పములు, నాక్షత్రిక సర్పములు నందురు. వేద ధర్మ మూర్తియగు ఋషిప్రాణ సంబంధమున దక్షకక్ష దశధా విభక్తమగును ఇవే ధర్ముని పత్నులగు మతి-ధృతి-కీర్తి-శ్రిద్ధాదులు.

4. చంద్రుడు (సోముడు) :- "అగ్నేరాపః" అనుచొప్పున దేవాసుర సంఘాతమువలన సౌరాగ్ని ద్రుతమై యంతరిక్షమున చంద్రుడు వెలయును. ఇది యాపఃపిండము. గంధర్వాప్సరో మండలము. దీనిని సోముడధిష్ఠించి యుండును. అంతరిక్ష వాసులను దేవయోనులందురు.

"విద్యాధరాప్సరో యక్ష రక్షో గంధర్వ కిన్నరాః
పిశాచో గుహ్యక స్సిద్ధో భూతోఽ మీదేవ యోనయః"

5 పృథ్వి (అగ్ని) :- "అద్భ్యః పృథివీ" అను చొప్పున నాపస్సులు ఘనీభవించి పృథ్వీరూపమున పరిణమించును. అగ్ని దీని నధిష్ఠించి యుండును. ఇది భూపిండము; ఆసుర - జంతు - మనుష్య ప్రాణి మండలము.

సృష్టి క్రమమును మను విట్లు నిరూపించెను.

" ఋషిభ్యః పితరో జాతా, పితృభ్యో దేవదానవాః
దేవేభ్యశ్చ జగత్సర్వం, చరం స్థాణ్వాను పూర్వశః"

స్వయంభూ - పరమేష్ఠి - సూర్య - చంద్ర - పృథ్వులతో గూడిన పంచపర్వ సృష్టి బ్రహ్మ సత్యము. పృథ్వీ గర్భము నుండి వెడలు నమృతాగ్ని సూర్యుని వరకు వ్యాపించును. ఇది వైశ్వానర (అగ్ని) - హిరణ్యగర్భ

(వాయువు)- సర్వజ్ఞ (ఇంద్ర) రూపముల నొంది పృథివి - అంతరిక్ష - ద్యులోకములందు ప్రతిష్ఠిత మగును. ఇది దేవకోటికి జెందినది కనుక దీనిని దేవసత్య మందురు. ఇది బ్రహ్మసత్య గర్భము నందున్నది.

జీవసంస్థ :- బ్రహ్మ సత్యము నుండి వెలువడిన యంశము జీవ సత్యము. "మమైవాంశో జీవలోకే జీవభూతస్సనాతనః" (గీత). "అంశో నానా వ్యప దేశాత్" (బ్ర॥ సూ). అంశి ధర్మములే అంశ యందుండును. "యదే వేహ తదముత్ర, యదముత్ర తదన్విహ"-యథాండే తథాపిండే" ఇత్యాది శ్రుతులంబట్టి విశ్వమందున్నదంతయు మాత్రాభేదమున మన యందును గలదు. ఎట్లన :-

1. శాంతాత్మ- స్వయంభూ బ్రహ్మ :- మాతృ గర్భమున రేత స్సాధనము కాగా, నందు మొదట సన్నివేశమగు ప్రతిష్ఠా ప్రాణమును బ్రహ్మయందురు. "బ్రహ్మాస్య సర్వస్య ప్రతిష్ఠా". ఇది స్థితి రూపము నొంది శరీర నిర్మాణమునకు సమర్థమగును. దీనికి కంపము లేదు కనుక నిది శాంతాత్మ. దీనికి ఓజో ధాతువు ఆశయము. ప్రతిష్ఠ వలన ఆత్మధృతి (తానుండుట)- పశు విధృతి (అన్యమగు శరీరమును ధరించుట) ప్రాపించును. పిమ్మట ఆరవ మాసమున శరీర హృదయమున నింద్ర విష్ణువులు సన్నివేశము నొంది చైతన్యము కలిగింతురు.

2. మహదాత్మ (చిత్తము)- పరమేష్ఠి విష్ణువు :- ఇది శుక్ర ధాతువు నధిష్ఠించి యుండును. ఇది ఆకృతి-ప్రకృతి – అహంకృతులకు మూలము, దీనికి భ్రూమధ్యము యోని; హృదయము మొదలు బ్రహ్మ రంధ్రము వరకు ప్రతిష్ఠాభూమి. మనుష్య పశు పక్షి క్రిమి కీటాదుల యాకృతి విశేషములన్నిటికి మూలభూతమీ మహదాత్మయే. దీనిని గూర్చి భగవంతుడిట్లు చెప్పెను.

"మమయోనిర్మహద్బ్రహ్మ తస్మిన్ గర్భందధామ్యహం
సంభవః సర్వ భూతానాం తతో భవతి భారత !
సర్వ యోనిషు కౌంతేయ, మూర్తయః సంభవన్తియాః
తాసాం బ్రహ్మ మహద్యోనిః అహంబీజ ప్రదః పితా"
(గీత)

3. విజ్ఞానాత్మ (బుద్ధి)-సూర్యుడు:- ఇది క్షేత్రమగు శరీరమున జ్ఞానముచే వ్యాపించి యుండును గనుక దీనిని క్షేత్ర జ్ఞాత్మ యందురు. దీనికి నాందనము (బ్రహ్మరంధ్రము) యోని; హృదయము ప్రతిష్ఠ. దీని పై జ్ఞానికరశ్మి మండలము శోణితాకాశము నందంతట నభివ్యాపించి యుండును. ఇది జీవన హేతువగు ఆయువును ప్రవర్తింపజేయును. ఇది విజ్ఞానమును బుట్టించి ధర్మాధర్మ ప్రబోధము సేయును. జీవునకు ఈశ్వర ప్రాప్తిని కలిగించుటకు కారణమిదియే !

4. ప్రజ్ఞానాత్మ (మనస్సు)-చంద్రుడు:- "చంద్రమా మనసో జాతః (ఐత). దీనికి హృదయము ప్రతిష్ఠ. "హృత్ప్రతిష్ఠితం మనః" మనస్సు శ్రద్ధామయ విద్యుత్సోమముతో గూడిన వీధ్ర వస్తువు (Transparent) కనుక దీనిపై బుద్ధి ప్రతిబింబించును. సంజ్ఞావహ-చేష్టావహ నాడులనుండి కలుగు జ్ఞాన కర్మలన్నిటికి నిది కర్త; అది కారయిత. మనస్సు ఇంద్రియములందనుగతమై తదాకారాకారితమగుచు నింద్రియ సంచాలన మొనర్చును. ఇది హృదయము మొదలు కేశాంతము వరకు సంచరించును. దీని స్థానభేదమునుబట్టి అవస్థాత్రయము కలుగును.

1. మనస్సు శిరస్సునందుండి పూర్ణిమ గావింపుచు నింద్రియములను వెన్నెలతో ప్రకాశింప జేయునపుడు జాగ్రదావస్థ యగును. 2 గోస్తన స్థానము నందుండి అష్టమిని గావింపుచు భావనా వాసనా సంస్కారములను

ప్రకాశింప జేయునపుడు స్వప్నావస్థ యగును. 3. హృదయ గతమై క్షేత్రజ్ఞ సూర్యునితో గలసి యున్నపుడు అమావాస్య యగును. ఇది సుషుప్త్యవస్థ. ఇందు ఆత్మానందమే కాని విషయానుభవముండదు. ఇంద్రియాత్మకమగు మనస్సే సుఖదుఃఖ వేదనీయగుణము కలది.

5. భూతాత్మ (శరీరము) పృధ్వి :- ఇది భూపిండ ప్రత్యంశ. ఇందున్న కర్మాత్మ మూడు విధములు. 1 వైశ్వానరాత్మ (అగ్ని) 2. తైజసాత్మ (వాయువు) 3. ప్రాజ్ఞాత్మ (ఇంద్రుడు) ఈ మూటి సమష్టియే జీవాత్మ.

ఈశ్వరాంశగా స్వయంభువు నుండి యవతరణము చెందిన జీవుడు అన్నద్వారమున పితృ శుక్రమునందు ప్రతిష్ఠితమై యుండును. మిధున కాలమున పితృ శుక్రమునందుండి భ్రూణరూపమున మాతృ గర్భమున ప్రవేశించుట జీవునకు మొదటి జన్మ. మాతృ గర్భమున తొమ్మిది నెల లుండి "ఏవయా మరుత్" అను వాయ్వాఘాతమున శిశు రూపమున భూపతనము జెందుట రెండవ జన్మ ఇందలి కర్మఫలముల ననుభవించిన పిమ్మట శవరూపమున శ్మశానాగ్నిజొచ్చి యంగుష్ఠ మాత్ర దేహుడై పరలోక గమనము సేయుట మూడవ జన్మ. వీని వివరణము ఐతరేయోపనిషత్తు నందరయ నగును. జీవునకు ముక్తి లభింపనంతవరకు జనన మరణ చక్ర పరిభ్రమణము తప్పదు. జీవాత్మ అనేక జన్మాంతర సంస్కారములతో కర్మదోష-గ్రహదోష-పితృదోష- మాతృదోష - అన్నదోష - దేశదోష - శరీరదోషాద్యనేక దోషములను ప్రోవు చేసికొని కర్మఫలానుభవార్థము భూమియందు పుట్టుచున్నది. శిశువు జన్మించుటతో ఆదిపర్వ మారంభ మగును.

10. సౌపర్ణో పాఖ్యానము

ఆది యుగమున కశ్యప ప్రజాపతి భార్యలైన కద్రూ వినతలు పుత్రార్థినులై కశ్యపు నారాధించిరి. అతడు వారి సపర్యలకు మెచ్చి మీయిచ్చ వచ్చిన వరము లిచ్చెద వేడుడనెను. కద్రువ దీర్ఘ దేహులగు వేయిమంది కొడుకులను గోరెను. వినత వారికంటె బలాఢ్యులగు నిరువురు సుపుత్రులను గోరెను. అతడట్లే ప్రసాదించెను. వారు గర్భములు ధరించిరి. అవి యండములయ్యెను. కొండొక కాలమునకు కద్రూ గర్భాండములు పగిలి యందుండి శేష వాసుక్యైరావత తక్షక కర్కోటక కౌరవ్య ధృతరాష్ట్రాది పన్నగ ముఖ్యులు వేవురు పుట్టిరి. తన సంతానమింకను వెలువడలేదని వినత చింతావనతయై యొక గ్రుడ్డు చిదిపెను. అందుండి యర్ధకాయ విహీనుడైన అనూరుడుదయించి నన్ను వికలాంగుని జేసితివి కావున నేనూతేండ్లు నీవు నీసవతికి దాసివై యుండుమని తల్లికి శాపమిచ్చి సూర్య రథసారధిగా నరిగెను. వినత రెండవ యండమును రక్షించుకొని యుండెను.

మున్ను దేవదానవులు సముద్రము ద్రచ్చి యమృతము వడయ నెంచిరి. వారి మంథానమునకు విరించి సంధానమొనరించెను. వారు మందర గిరికి వాసుకిని త్రాడుగా నమర్చి ఆదికూర్మ మాధారముగా క్షీరసాగరమును మథించిరి. అందుండి ప్రళయ కాలాభీల కోలాహలముగ హాలాహల విషము పొంగెను. దానిని శివుడు మ్రింగెను. వారు వారాశి మరియు మరియు దరువ నందుండి కామధేనువు - కల్పవృక్షము-ఉచ్చైశ్శ్రవ తురగము - ఐరావతగజము - చంద్రుడు - శ్రీ-మున్నగునవి యనేకము లుద్భవిల్లెను. కడకు ధన్వంతరి యమృత కలశముతో కడలి వెడలి వచ్చెను. అందు కామధేనువును ఋషులు గైకొనిరి; కల్పవృక్షము నందన వనమున నందగించెను. ఉచ్చైశ్శ్రవము నైరావతము నింద్రు డిచ్చ

గించెను. శ్రీదేవి విష్ణువక్షస్థలమున జెన్నొందెను. అమృత కలశము నసురులు చేకొనిరి. విష్ణువు మోహినీ రూపమున నవతరించి యసురులను వంచించి యమృతమును దేవతలకు బంచిపెట్టెను. సురాసురులకు హోరాహోరి పోరాటము జరిగెను. నరనారాయణులు రక్కసుల నుక్కడగించిరి. అమరులు సమర జయము వడసి తమతమ యిరవుల కరిగిరి. ఉచ్చైశ్శ్రవము జిడ్డు కడలి యొడ్డున దిరుగుచుండెను.

ఒకనాడు కద్రూవినతలు విహారార్థము సముద్రతీరమునకేగి యచ్చట ముచ్చటగా దిరుగుచున్న స్వచ్ఛమైన ఉచ్చైశ్శ్రవమును జూచి దానితోక నల్లగానున్నదని కద్రువయు, తెల్లగా నున్నదని వినతయు పరస్పర దాసీత్వంబు పణంబుగా నొడ్డి పందెము వేసికొనిరి. వినత యయ్యశ్వమును దాని చూతమనెను. కద్రువ ప్రొద్దు లేదు కావున ప్రొద్దున జూతమని మభ్యపెట్టి యామెను మరలించుకొని పోయెను. నాటిరేయి కద్రువ కొడుకుల కడకేగి తాను వినతను దాసిగా జేసికొనుటకు తెల్ల గుఱ్ఱము తోక నల్లనేయుడని వేడెను. అప్పుని తప్పని పాములొప్పుకొనలేదు. కద్రువ కోపోద్దీపితయై జనమేజయ సర్ప యాగమున పాములెల్ల చిచ్చున బడి చచ్చెదుమని శాపమిచ్చెను. కర్కశ శాపభీతుడైన కర్కోటకుడు తల్లిమాట పాటించి ఉచ్చైశ్శ్రవ వాలము నీలముగా బట్టి వ్రేలాడుచుండెను. మఱునాడు ప్రొద్దున కద్రూ వినతలు రయంబున జని హయంబును గవి పుచ్ఛము స్వచ్ఛము కాదని తెంపు చేసికొనిరి. వినత యోటువడి కద్రువకు దాసియయ్యెను.

కొండొక కాలమునకు వినత రెండవ యండమవిసి యందుండి మహాబల సంపన్నుడగు గరుడుడు జనించెను. కద్రువ సువర్ణవర్ణుడగు సుపర్ణుని బలమునకు మచ్చరించి నీవు నాకొడుకుల నెత్తికొని మోయుచుండుమని హెచ్చరించెను. గరుడుడు పాతుట్టెలను వీపున బెట్టికొని

మోయుచు వారికి నానాశైలకానన ద్వీప నగరాదుల జూపి వినోదముగ ప్రొద్దు పుచ్చుచుండెను. అతడొకనాడు మార్తాండ మండలమున కెగయ నెండ వేడిమికి దిమ్మదిరిగి యురగులు నేలంబడి సొమ్మసిల్లెను. కద్రువ గరుడుని గద్దించి పర్జన్యుని ప్రార్థించి కొడుకులపై వర్షము గురియించి వారికి హర్షము కలిగించెను. గరుడుడు తమ యూడిగమునకు కారణ మేమని తల్లినడిగెను. ఆమె యనూరుని శాపమును, కద్రువ తోడి తన పన్నిదమును వివరించెను. వైనతేయుడు కాద్రవేయుల కడకేగి మేము దాస్య విముక్తి నొందు నుపాయము నుడువుడని యడిగెను. అందులకు వారమృతము దెచ్చి యిమ్మనిరి.

గరుత్మంతుడు తల్లి దీవనలు వడసి యమృత హరణమునకు బయలుదేరెను. అందులకు బలము కావలయునని యాతడాహారార్థియై విషనిధి కుక్షింజొచ్చి యందలి నిషాదగణముల నొక్కపెట్టున మ్రింగెను. అందొక బ్రాహ్మణుడు గొంతుక దిగక నిప్పువలె భగ్గున మండెను. గరుడుడు వానిని డిగ్గున వెల్వరించి ఆకలి తీరక అటవీ సరోవరముల కరిగెను. అందు విభావసు - సుప్రతీకులను నన్నాదమ్ము లర్థ నిమిత్తమైన యన్యోన్య శాపములంజేసి గజ - కచ్ఛప రూపములొంది యుండిరి. గరుత్మంతుడు వాటి నిడుగేల నిఱికించుకొని యాలంబ తీర్థమునకేగి రోహిణమను పాదప శాఖపై ఖాదనము సేయుటకు పాదము నూదిన నది పెళ్ళున విరిగెను. అది భూమిపై బడినచో దాని నాశ్రయించి తలక్రిందుగా తపము సేయుచున్న వాలఖిల్య మహామునులకు చేటు వాటిల్లునని గరుడుడు దానిని గ్రక్కున ముక్కున గఱచుకొని గగనవీథిం బఱచి గంధమాదన మున వారల దిగిచి నిష్పురుష నగమున ద్రుమశాఖ విడిచి హిమగిరి శిఖరమున కరిగి గజకచ్ఛపముల భక్షించి మనోవేగమున దేవలోకమున వెను.

పక్షీంద్రుని యక్షీణ పక్ష విక్షేపమున నాక లోకమున నుత్పాతంబు లుత్పాదిల్ల దేవతలెల్ల నార్చి పేర్చి యెదిర్చిరి. గరుడుడు నిర్జరులనెల్ల నిర్జించి యమృత స్థానమున కరిగెను. దాని చుట్టును ఘోరమారుత ప్రేరిత మైన యగ్నిహోత్రపు మంటలు మింటి నంటుచుండెను. గరుడుడు సకల నదీజలముల బుక్కిట దెచ్చి యగ్నిని జల్లార్చి సూక్ష్మదేహుండై తీక్ష్ణ ధారంబై తిరుగుచున్న యంత్ర చక్రాకార మధ్యంబు నొచ్చెను. అందు రెండు మహోగ్ర భుజంగములు బుసలు గొట్టుచు విసము గ్రక్కుచు నమృత కలశమును జుట్టుకొని యుండెను. గరుడుడు వాని పడగల నడగద్రొక్కి సర్పంబుల దర్పంబులుడిపి యమృతముగొని గగనమున కెగసెను. విష్ణువు వాని విజయమునకు మెచ్చి గరుడుడు తనకు వాహన ధ్వజములుగా నుండు నట్లు వర మొసగెను. అమృతము నన్యుల కీయవలదని దేవేంద్రుడు ఖగేంద్రుని స్నేహ మర్థించి యతనికి భుజగ భోజనత్వము ననుగ్రహించెను.

గరుడు డమృతకలశము దెచ్చి దందశూకముల ముందు దర్భాసనమున నుంచి తమ దాస్యము వాసెనని చెప్పి తల్లిని దోడ్కొని పోయెను. ఆశీవిషము లమృతపానమునకు స్నానముచేసి వచ్చునంతలో నదను కనిపెట్టి యమరేంద్రుడు దాని నమరావతికి గొనిపోయెను. అమృత స్థితిచే దర్భలు పవిత్రములయ్యెను. వాటిని నాకుటచే నాలుకలు చీలికలై ఆహులు ద్విజిహ్వులయ్యెను. శేషుడు తన దల్లి దమ్ములు చేసిన మోసము దోసమని రోసి వారల బాసి బ్రహ్మను గూర్చి తపస్సు చేసి భూభారమును మోసి గరుడ సఖుడై యుండెను.

వ్యాఖ్య :- ఇది వట్టి పాముల కథ యనుకొనరాదు. అట్లగుచో దీనికి భారతముతో సంబంధమే యుండదు. కావ్యాదిని కథావస్తువును సూచించుట కవిసంప్రదాయము కవివృషభుల మహాకావ్యమని

కొనియాడు భారతము ఏతన్మర్యాదకు వెలి కానేరదు కద్రూ సర్ప సంతానము నందలి కౌరవ్య ధృతరాష్ట్రులకు భారత పాత్రలతో నామ సామ్యమున్నది. దుర్యోధనుడు సర్పధ్వజుడు। సర్పకుల ప్రళయోద్దిష్ట మైన కద్రువ శాపము కౌరవ వంశ నాశనమును దెలుపుచున్నది కద్రూ వినతల పందెము శకుని – ధర్మరాజుల జూదమును దలపించుచున్నది. క్షీరసాగర మథన కథనము నందలి దేవదానవుల యుద్ధము భావిభారత సంగ్రామమును సూచించుచున్నది. నాటి రక్కసుల నుక్కడగించిన నరనారాయణులే భారతము నందలి కృష్ణార్జునులు।

జీవుడు బ్రహ్మయంశయని శ్రుతి సిద్ధాంతము. "మమైవాంశో జీవలోకే జీవభూతస్సనాతనః" (గీత) మానవుడు బ్రహ్మనుండి వెలువడెను. కావున మానవేతిహాసమగు భారతము కశ్యప బ్రహ్మతో ప్రారంభమగుచున్నది. లోక పశ్యకమగు సౌర సంవత్సర మండలమును కశ్యప ప్రజాపతి యందురు. "కశ్యపః పశ్యకో భవతి'' అన్నట్లు పశ్యక శబ్దము వర్ణవ్యత్యయముచే కశ్యప యైనది. కశ్యప మనగా తాబేలు. భూమిపై మూకుడు బోరగించినట్లు మన కగపడు నాకాశార్ధగోళము తాబేటి డొరుసువలె నుండును గనుక దీనిని కశ్యపమనిరి. "కశ్యపోవై కూర్మః అసౌస ఆదిత్యః'' (శత). కశ్యప ప్రజాపతి యనబడు సౌర సంవత్సర మండలమునుండి సర్వ ప్రజా సృష్టి యగును. కామ – తప – శ్రమలు సృష్ట్యను బంధములు. "ఏకోహం బహుస్యాం" అనునది బ్రహ్మప్రజాపతి ప్రథమ కామన. మనస్సులో సృష్టి కామన యుదయించిన వెంటనే ప్రాణము తపించును. తపోలక్షణ ప్రాణచర్య వలన శరీర శ్రమ జరుగును. ఈ మూటి సమన్వయముచే సృష్టికర్మ సంపన్నమగును "సోఽ కామయత బహుస్యాం ప్రజాయేయేతి, సతపోఽ తప్యత. సతపస్తప్త్వా ఇదం సర్వ మసృజత" అని శ్రుతి. కశ్యప ప్రజాపతి యట్లే చిరకాలము తప మొనర్చి పుత్రకామేష్టి చేసి సృష్టి యొనర్చెను.

కామమే సృష్టికి కారణము. ఇది బ్రహ్మనుండి దుగ్ధమైనది కావున క + ద్రు=కద్రుః అనబడును. "కామయత ఇతి కద్రుః" అని కోశనిరుక్తి. కామము వలన కర్మ జరుగును. కర్మవలన ననేక విషయ వాసనలు జనించును. ఇవి ప్రాణరూపములు కనుక సర్పణ శీలములు. కద్రూ సర్పసంతాన మిదియే. వీనికి వర్తించు సహస్ర శబ్దము అనిర్ధారిత సంఖ్యా సూచకము. బ్రహ్మనుండి విశ్వరూప పరిణతి నొందిన ప్రకృతియే వినత. ఈమెకు అనూరుడుదయించెను. అనూరు డనగా తొడలు లేనివాడు. ఊర్ధ్వకాయము జ్ఞాన భాగము. అధఃకాయము కర్మ భాగము, కావున నితవి యందు జ్ఞానవికాసమే కాని కర్మ వికాసము కలుగలేదు. జ్ఞాన భాగము మొదట వికసించును గనుక అనూరుడు ముందు పుట్టెను. కర్మలేని జ్ఞానము నిరర్థకము కావున నితడు తన తల్లిని రెండవ గ్రుడ్డు చిదుపవలదని మందలించెను. విశ్వరథమును నడుపునది జ్ఞానమే కనుక అనూరుడు సూర్య రథసారథి యైనాడు.

సూర్యునికంటె పైనున్న మహన్మండలములో వాయు రూపమున నుండు ఆపస్సముద్రమును క్షీర సముద్రమందురు. విష్ణువు దీని కేంద్రమున నుండును. ఇది భృగు-అంగిరా-అత్రిమయమగు పరమేష్ఠి మండలము. ఆప-వాయు-సోమములు మూడును భృగు ప్రాణములు; అగ్ని - యమ-ఆదిత్యులు మూడును అంగిరస ప్రాణములు. న + త్రి = అత్రి యనునది సౌమ్య విద్యుత్ప్రాణము. ఇది అద్దమునకు వెనుక కళాయివలె పారదర్శకతా భావమును (Transparent Power) నిరోధించి వస్తుమూర్తులను ప్రతిఫలింపజేయును. పరమేష్ఠి యందలి ఆప్యప్రాణ మసురులు; ఆగ్నేయ ప్రాణము దేవతలు. భృగు సోమముచే నంగిరోగ్ని ప్రజ్వలితమై సూర్యరూపమున పరిణమించును. విష్ణువవతారమగు ఆది కూర్మ మిదియే. దీని వివరణము శతపథ బ్రాహ్మణము నందలి కూర్మ చితి యందరయ నగును.

దేవాసుర ప్రాణ సంఘాతమువలన సర్వభూతములు వెలయును. విషమత్వము సృష్టి లక్షణము కావున దేవదానవులు క్షీర సముద్రమును మధింపగా నందుండి మొదట విషము పుట్టెను. ఇది భౌతిక పదార్థ లక్షణము కనుక దీనిని భూతపతియగు శివుడు ధరించెను.

కామధేనువు:- "గచ్ఛతీతిగౌః" అను నిరుక్తిచే గచ్ఛతిభావ యుక్తమగు ప్రాణ తత్త్వమును " గౌ " అందురు. ప్రాణ మాపోమయము "ఆపోమయః ప్రాణః" (ఛాందో) పరమేష్ఠి మండలమునందలి ఆపోమయ సౌమ్యప్రాణము నుండి గోతత్త్వ ముత్పన్నమైనది. " ప్రజాపతిః ప్రాణాద్గౌనిరమి మీత '' (శత). పారమేష్ఠ్యసోమము సౌరాగ్నియందాహుతమగుటచే యజ్ఞము జరుగుచున్నది. యజ్ఞమువలన ప్రజా సృష్టి యగుచున్నది. " సహయజ్ఞాః ప్రజాః సృష్ట్వా '' (గీత). పరమేష్ఠి యందలి ప్రాణాత్మక గోతత్త్వము సోమాహుతితో బాటుగ సౌరాగ్ని యందాహుతమై జ్యోతిర్మయమగుచు సూర్యుని సహస్ర రశ్మలతోగూడి సహస్రధా విభక్తమై త్రైలోక్యవ్యాప్తి నొందుచున్నది. ఒక్కొక లోకమునందు 333 చొప్పున పృధివి - అంతరిక్ష - ద్యులోకములు మూటి యందు 999 గోవులు విభజింపబడగా ఒక గోవు మిగులును. ఇది సర్వ కామ పూరకమగుటచే కామగవి యని ప్రసిద్ధినొందెను. పౌరాణికులు దీనినే కామధేను వందురు. ఈ కామధేనువు హోమధేనువు కనుక సృష్టి ప్రవర్తకులగు ఋషులు యజ్ఞము కొఱకు దీనిని గైకొనిరి. ఇది ప్రతి ప్రాణిని దినమున కొకమారు స్పృశించును. అప్పుడా ప్రాణి యెట్లన్న నట్లు జరుగును. కామగవి యెప్పుడు స్పృశించునో తెలియదు కావున యెల్లప్పుడు శుభమునే పలుకవలెనని శాస్త్రాదేశము.

కల్పవృక్షము:- ఆనందములోనే సృష్టి సంకల్పము కలుగును. "ఆనందాద్ధ్యేవ ఖల్విమాని భూతాని జాయంతే" అని శ్రుతి. కావున కల్ప వృక్షము నందనవనమున నాటబడెను.

ఉచ్చైశ్శ్రవము :- ఆదిత్యాగ్ని అంతరిక్ష్యాపస్సులలో నంతః ప్రవే
ము గావించి పృథ్వీ సంక్రాంతమై సూర్యునివంక కరుగుచు అశ్వప్రాణ
రూపము నొందును. "అసౌవా ఆదిత్యః అశ్వః" (తై॥ బ్రా). ఇది
పిండమునుండి సూర్యునివరకు వ్యాపించియున్నది కనుక ఉచ్చైశ్శ్రవ
ని పేరొందెను. ఇది వీర్యరూప అప్తత్త్వమునుండి యుద్భవించినది.
వీర్యం వా అశ్వః " (శత) ఇది ఇంద్ర విద్యున్మూర్తి. కావుననే
మ్యచ్ఛక్తిని అశ్వ సామర్థ్యము (Horse Power) చేత కొలుచుచున్నారు.
దేవసత్యమునకు జెందినది కనుక దీనిని ఇంద్రుడు స్వీకరించెను.

ఐరావతము:-పార్థివ రసము 'ఇరా' యందురు. ఇరామయమగు
ర తేజమును పరోక్ష భాషలో హిరణ్మయమనిరి. "యద్ధి ఇరామయః
హ్మద్ధిరణ్మయః" అని ఐతరేయారణ్యకము. సౌరతేజముతో గూడిన
ామయ జగమే ఐరావత గజము.

చంద్రుడు:- అపఃపిండము. ఇందలి శ్రద్ధామయ విద్యుత్సోమము
నస్సునకు జనకము. ఇది వీధ్ర వస్తువు (Transparent) కనుక దీనిపై
త్తి మూర్తులు ప్రతిబింబించును. ఆత్రేయుడగు చంద్రుడు పరజ్యోతి.

లక్ష్మి :- అర్థతత్త్వము

క్షీర సముద్ర మథనము సృష్టి విజ్ఞాన కథనము. జ్ఞాన - కర్మల
న మన మహదాత్మలో భావనా-వాసనా రూపములగు సంస్కారముద్ర
ర్పడును. ముద్రలతో గూడినది స + ముద్రము = సముద్రము. ఇది
వాసుర భావములతోగూడిన అంతస్సముద్రము కాని బాహ్య సముద్రము
ు. క్షీరము తోడను, గరము (గరళము) తోడను గూడిన క్షీరసాగర
దియే. దీనిని మథించు మనస్సే మంధరము. మనస్సును జుట్టుకొని
ుందు వాసనయే వాసుకి. ఇందు దైవాసురభావములు రెండును గలవు

కనుక దేవదానవులు దీనిని మథించిరి. ఇందుండి కామధేనువు (కామము)- కల్పవృక్షము (సంకల్పము)-లక్ష్మి (అర్థము) మున్నగునవి వెలువడును. వీటి నన్నిటిని తరచి తరచి చూచినచో నంతరాంతరములో నమృతము లభించును. ఆత్మజ్ఞానులు దీని ననుభవింతురు. అజ్ఞానులు ప్రకృతి మోహములోబడి వంచితులగుదురు. "అజ్ఞానేనావృతం జ్ఞానం తేన ముహ్యంతి జంతవః" (గీత). అసురులను మోసగించిన మోహినీ వ్యామోహ మిదియే!

దేవదానవుల యుద్ధము సద్దుమణగిన తరువాత కద్రూ వినతలు సముద్రతీరమునకేగి ఉచ్చైశ్శ్రవమును జూచిరి. అది స్వతః స్వచ్ఛమైనదే కాని కద్రువ తన కర్కోటక మాయాప్రయోగముచే పృధ్వీ పాశ సంవేష్టితమైన పుచ్ఛము నన్యథా భాసింపజేసి వినతను దాసిగా బడసెను. కామ ప్రవృత్తిచే విశ్వసీమితమైన ఆత్మ తన వ్యాపక స్వాతంత్ర్యమును గోలుపోయి యోగమాయా పరతంత్రములో నుండుటయే వినత దాసీత్వము. ఈమెకు గరుడుడు జనించెను. ఇతడు విశ్వగర్భమున వెలసిన జీవ స్వరూపుడు. ఆత్మగతి భోగార్థము లోకాంతర గమనము సేయువాడు కనుక జీవుడు సుపర్ణుడు. ఇతనికి జ్ఞాన-కర్మలు రెండును పర్ణములు. సుపర్ణుడే గరుడుడు. జీవుడు భోక్తా సుపర్ణుడని చెప్పిన యీ శ్రుతి ప్రమాణ మరయుడు :-

"ద్వా సుపర్ణా సయుజాసఖాయా సమానం వృక్షం పరిషస్వజాతే
తయోరన్యః పిప్పలం స్వాద్వ త్త్యనశ్నన్ అన్యోఅభిచాక శీతి" (ఋక్)

గరుడ పురాణము సుపర్ణగతి వివేచన సేయును. కామ దాస్యము చేయు జీవుడు సంచిత కర్మ సంచయమును మోసికొని పోవుచు నానా జన్మము లెత్తుచు నానా దేశముల గ్రుమ్మరుచుండును. బుద్ధి వెట్ట తగిలినచో

కర్మవాసనల పట్టు సడలును. కావున మార్తాండుని చండ కిరణముల వేడిమిదాకి యురగులు నేల దొరగినవి.

జీవునకు జన్మబంధన విముక్తి యెట్లగును? అమృతత్వమును గ్రహించుట వలననే. కావున గరుడు డమృత హరణమునకు బయలు దేరెను. అమృతత్వమును బొందుటకు ఆత్మబలము కావలయును. "నాయ మాత్మా బలహీనేన లభ్యః". అందులకు కుక్షియందున్న విషమత్వ మంత రింప వలయును. ''కుక్షౌతు సాగరాస్సర్వే". కనుక గరుడుడు విషనిధి కుక్షింజొచ్చి యందలి నిషాదులనెల్ల కబళించెను. జ్ఞానము నిప్పువంటిది కనుక నందున్న బ్రాహ్మణుడు మ్రింగుడు పడలేదు. బ్రహ్మజ్ఞానము నుదర పూరణమున కుపయోగింపక గరుడుడు వానిని వెల్వరించుట ప్రశంసనీయము. అర్థ ప్రధానమైన భౌతిక దృష్టి తొలగిన గాని అమృతత్వము లభింపదు. "నామృతత్వస్యతు ఆశాస్తి విత్తేన, తమేవ విదిత్వాతి మృత్యుమేతి నాన్యః పంథా విద్యతేఽయనాయ" అని శ్రుతి. అర్థము వలన గలిగిన యనర్థమే విభావసు-సుప్రతీకులకు ఘటిల్లిన గజకచ్ఛప రూపములు. ఇవి భౌతిక జగత్తునకు ప్రతీకలు. గరుడుడు వీటిని భక్షించుట కేగిన అలంబతీర్థము విషయాలంబనరాహిత్యమును దెలుపును. వాలఖిల్యమునులు రోహిణి శాఖ నాశ్రయించి తలక్రిందుగా తపస్సు చేయుట మనము తల క్రిందుగా పుట్టిన అవరోహణ స్థితిని సూచించును. యోనియందు సిక్తమైన రేతస్సును శిరః కంఠ కర చరణాద్యంగములుగా విభజించు పుచ్ఛ ప్రాణ విశేషములను వాలఖిల్యులందురు. "సరేతోమ్రిశో భవతి ప్రాణావై వాలఖిల్యాః" (ఐ॥ బ్రా). రేతస్సు చంద్రుని మనోధాతువు. చంద్రుడు రోహిణీ ప్రియుడు. అభ్యుదయగాములకు చాంద్రరేతస్సంబంధము సడలును. కనుక గరుడుడు కాలు మోపగనే రోహిణీశాఖ విరిగినది. గంధర్వ ప్రాణములు రేతోరక్షణ నేయును గనుక గరుడుడు వాలఖిల్యులను

గంధమాదనమున డించినాడు. గరుడుడు ద్రుమశాఖ విడిచిన విష్పురుష నగము ఏకాంత సంకేతము. భౌమ వ్యవస్థయందలి మనుష్య లోకమునకు హిమవంతము సీమాంతము. ఇంతటితో భౌతిక దృష్టి తొలగును. కావున గరుడుడు గజకచ్ఛపములను హిమగిరి మీద భక్షించి దేవలోకమునకెగనెను.

పరమార్థమును సాధించుటకు జీవుడు సేయు ప్రయత్నము నింద్రియములు ప్రతిఘటించుట సహజము. "శ్రేయాంసి బహువిఘ్నాని." కావున నింద్రియ నిగ్రహ మవసరము. గరుడుడు తన్నెదిర్చిన నిర్జరుల నెల్ల నిర్జించుట దీని కుపలక్షణము. అమృత మెచ్చటనున్నది? స్వర్గమనబడు సూర్యలోకమునందున్నది. ఆధ్యాత్మిక సూర్యుడు మనలో బుద్ధిరూపమున హృదయమందు ప్రతిష్ఠితుడై యున్నాడు. సూర్యుడు తపనుడు కనుక నచట సాంతపనాగ్ని జ్వాలలు ప్రజ్వలించి యుండును. సూర్యు నుండియే అహోరాత్రిరంబగు కాలచక్రము పరిభ్రమించుచున్నది. అమృత మర్త్యములకు కేంద్రమగు హృదయ బిందువు సూక్ష్మమైనది కావున గరుడుడు దానియందు సూక్ష్మదేహుడై చొచ్చెను. హృదయమందలి సమతా మండలమును రాగద్వేషములనెడు రెండు విషవలయములు చుట్టియుండును. ఇవి సర్వదోషములకు, సర్వదుఃఖములకు మూలకారణములు. అమృతకలశమును జుట్టుకొనియున్న రెండు విష సర్పము లివియే. గరుడుడు వీని నడగద్రొక్కి యమృతోపలబ్ధి నొందెను. రాగద్వేషములను జయించునుపాయము అనాసక్తియోగ మొక్కటే. భగవద్గీతా ప్రతిపాదిత వైరాగ్యబుద్ధి యోగ మిదియే. అనాసక్తుడగుట వలననే గరుడు డమృతోపలబ్ధి నొందగలిగినాడు. జరామరణ రహితమైన యమరత్వమును సిద్ధింపజేయు నమృతము చేజిక్కినను నాస్వాదింపకుండుట గరుడుని యనాసక్తికి దార్కాణము. ఇంద్రునకు మరల నమృతము నిచ్చివేయుట యతని త్యాగబుద్ధికి నిదర్శనము. "త్యాగేనైకే అమృతత్వ మానశుః" అని

అద్వైత కారిక. జీవుడమృతత్వమును బొందిన పిదప దేవత్వమును వహించును గనుక గరుడుడు విష్ణువునకు వాహనమైనాడు. మరియును సర్వవ్యాపకత్వమునకు సంకేతముగ విష్ణుధ్వజమై విలసిల్లినాడు.

కర్మజనిత వాసనా సంస్కారములు జీవునకు జన్మబంధన హేతువులు. కావున గరుడుడు పన్నగవైరి యయ్యెను. దైవాసుర భావములను బట్టి సంస్కారములు రెండు విధములు. 1. దైవ సంస్కారములు :- నాగేంద్రాది దేవతా సర్పములీ కోటికి జెందినవి. ఇవి యాత్మజ్ఞానమును పెంపొందించును గనుక నారాధ్యములు. 2. అసుర సంస్కారములు : - కర్మ సర్పములీ కోటికి జెందినవి. ఇవి హాసికరములు కనుక వధ్యములు. కుటిల గాములగు పాములు విషధరములగుటచే వాటి కమృతము దక్కలేదు. ఇది ప్రకృతి న్యాయము. ప్రతి సంచరక్రమమున వాసనా సంస్కారములను బాసి వాయువు శేషించును గనుక దీనిని 'శేష' డందురు. "శిష్యత ఇతి శేషః" దీని కంతములేదు కావున 'అనంతు'డనిరి. ఈ శేషువుపైన విష్ణువు ప్రతిష్ఠితుడై యుండును. విష్ణువాహనత్వము సమాన ధర్మమగుటంబట్టి శేషువు గరుడ సఖుడయ్యెను.

కామ్య కర్మ జనిత వాసనా సంస్కారముల వలన విశ్వమందు వెలయు జీవుని పుట్టు పూర్వోత్తరములను దెలుపు రహస్య గాథయే సౌపర్ణాఖ్యానము. భూమిపై వెలయు సర్వప్రజలు సూర్యునుండి పుట్టుచున్నారు. "నూనం జనాః సూర్యేణ ప్రసూతాః" అని శ్రుతి. సూర్యమండలము స్వర్గలోకము. "ఎచ్చటఁబుట్టె నచ్చటికి నేగుట నైజము ప్రాణికోటికిన్ ''. కావున మానవేతిహాసమగు భారతము స్వర్గావరోహణ పర్వముతో ప్రారంభించి స్వర్గారోహణ పర్వముతో ముగియుచున్నది. ఉపక్రమోప సంహారములు ఏక బిందు ప్రతిష్ఠితములగుట సృష్టి లక్షణము.

జీవుడు కర్మవశమున భూమిపై జన్మించుట, కొంతకాలము సుఖ దుఃఖముల ననుభవించుట, పిమ్మట నమృతత్వమును బొంది కర్మబంధన విముక్తినొందుట మున్నగు సృష్టివిజ్ఞాన విషయములతో గూడిన సౌపర్ణాఖ్యానమునందు కావ్య పరమార్థసూచన యిమిడి యున్నది.

క॥ ఈ సౌపర్ణ కథార్థము
భాసురముగఁ దెలిసికొనిన భావజ్ఞులకున్
శ్రీసుఖములొదవు దుష్కృత
వాసనలు క్షయించుఁ దొలఁగు భవబంధనముల్॥

11. ఉదంకోపాఖ్యానము

పైల శిష్యుడగు నుదంకుడు గురుపత్ని నియోగమున పౌష్యదేవి కుండలములను గొనితెచ్చుటకు బయలుదేరెను. మార్గమధ్యమున నాతడు మహోక్షము నెక్కి వచ్చు నొక దివ్య పురుషుని వీక్షించి వాని పనుపున వృషభ గోమయమును భక్షించి పౌష్యమహారాజు పాలికేగి గురుహిత కార్యార్థినై వచ్చిన నాకు నీదేవి కుండలము లిమ్మని యడిగెను. అంతటి మహాత్మున కిచ్చుట యదృష్టమనుకొని పౌష్యుడు తన మాటగా నామెకు జెప్పి వాని నిప్పించుకొమ్మనెను ఉదంకుడంతఃపురమున కరిగి పౌష్య దేవిం గానక తిరిగి వచ్చెను. పౌష్య దమ్మహాపతివ్రత యపవిత్రులకు కానరాదని తెలిపెను. ఉదంకుడు గోమయ భక్షణము వలన తనకు గలిగిన మాలిన్యమును ప్రక్షాళనము చేసికొని యామెను దర్శించెను. ఆమె తన కుండలముల నుదంకునకిచ్చి మాయా దక్షుడగు తక్షకుని బారి పడకుండ వానిని సురక్షితముగ దీసికొని వెళ్ళుమనెను. పౌష్య డతనికి దనయింట నాతిథ్యమొసగెను. అతడు భోజనము సేయుచు కేశదుష్టమైన యన్నమును రోసి యపరీక్షితమైన యశుద్ధాన్నము పెట్టితివి కావున వంధుడ వగుమని పౌష్యునకు శాపమిచ్చెను. ఆత డందుల కలిగి దోషములేని యన్నమును దూషించితివి కావున నీ వనపత్యుడ వగుమని ప్రతిశాపమిచ్చెను.

ఉదంకుడు తిరిగి వచ్చుచు నొక జలాశయము చెంత కుండలముల నునిచి యాచమించుచుండగా నగ్న వేషముతో వానిని వెన్నంటి వచ్చుచున్న తక్షకుడు కుండలముల నపహరించి పారిపోయెను. ఉదంకుడు వానిని దరిమి పట్టుకొనగా నతడు దిగంబర వేషము విడిచి నిజరూపముతో భూ వివరము సొచ్చి యురగలోకమున కరిగెను. ఉదంకుడు వాని వెంట పాతాళమునకరిగి పన్నగపతులను సన్నుతించెను. అతని కశ్వారూఢుడైన యొక దివ్య పురుషుడు గోచరించి దాని యపానములో నూదుమనెను. ఉదంకుడట్లు చేయుగా పాతాళ లోకమెల్ల సెగలు పొగలు బుగులుకొని పాములకు తల

ప్రాణము లోకకు వచ్చెను. కుండలీంద్రుడు భయపడి కుండలములు దెచ్చి యుదంకున కిచ్చెను. ఉదంకుడు వానిని గొనితెచ్చి గురుదక్షిణగా నొసగెను. గురు పత్నిని మెచ్చుకొని యాశీర్వదించెను.

ఉదంకుడు తక్షకునిపై కక్ష దీర్చుకొనుటకు జనమేజయ జనపాలు పాలికేగి నీ జనకుడగు పరీక్షిన్మహారాజును కుత్సితుడగు తక్షకుడు కాటువేసి చంపె గావున నీవు పాప పుణ్యాలను రూపు మాపుటకు సర్పయాగ మొనర్పుమని పురిగొల్పెను.

వ్యాఖ్య:- ఉత్ + అంకుడు = ఉదంకుడు = ఊర్ధ్వలక్షణము గలవాడు. ఇతడు దివ్యజ్ఞానమును పొందుటకు గురుపత్ని నియోగ మొక ప్రయోగము. ద్వాదశాదిత్యులలో "పూషా" అనబడు పృథ్వీపోషక సౌర ప్రాణమును పౌష్యుడందురు. మనము సత్య ధర్మమును దర్శింప వలయుచో పూషాదిత్యుడు హిరణ్మయ పాత్ర నడ్డు తొలగింపవలయును. ఈ సూర్యోపాసనా మంత్ర మరయుము :-

"హిరణ్మయేన పాత్రేణ సత్యస్యాపిహితం ముఖం
తత్త్వం పూషన్నపా వృణు సత్య ధర్మాయ దృష్టయే"

పూషాదిత్యుని జ్ఞాన శక్తియే పౌష్యదేవి. సూర్యుని ప్రకాశమతని శబ్దమే. (Sound is Light) రవము కలవాడు కనుకనే సూర్యుడు రవి యనబడు చున్నాడు. శబ్దమువలన జ్ఞానబోధ యగును. శ్రోత్రేంద్రియ గ్రాహ్యమగు శబ్దమును ప్రకాశింపజేయు మనో బుద్ధులే పౌష్యదేవి కుండలములు. అతీంద్రియ జ్ఞానోపలబ్ధికి ఉదంకుడు వీనిని ప్రతిగ్రహింప నేగెను అందుల కింద్రియ సహకారమవసరము దారిలో నతనికి మహోక్షముపై గోచరించిన దివ్యపురుషుడు పరోక్షముగ నైరావతము నెక్కివచ్చిన యింద్రుడే. ఉదంకుడు భక్షించినది యమృతమైనను దాని నతడు గోమయముగ

భావించుటచే "యద్భావం తద్భవతి" అను చొప్పున నతనికి పృథ్వీ మాలిన్యము సోకినది. అంతరింద్రియ జ్ఞానము బాహ్యదృష్టికి గోచరింపదు కావున నంతఃపురములో నతనికి పౌష్యరాణి కనబడలేదు. ఆమె యశుచులకు కానరాదని పౌష్యుడు చెప్పగనే ఉదంకుడు ఆత్మ పరిశీలనము చేసికొని తన లోపమును తాను గుర్తించినాడు. భావశుద్ధిని బట్టి లక్ష్యసిద్ధి యగును. కావున నుదంకుడు శుద్ధోదకములచే మాలిన్య ప్రక్షాళనము చేసుకొనిన పిదప పౌష్యదేవిని దర్శించి కుండలములు బడయ గలిగినాడు.

పౌష్యుడుదంకునకు భోజనాతిథ్య మొసగుట యతని పోషక స్వభావమును నిరూపించును కేశదుష్టమైన అన్నమును గురించి పౌష్యోదంకు లన్యోన్య శాపములకు గురియైరి. "అన్నం బ్రహ్మేతి వ్యజానాత్ (తై॥ ఉ). అన్నము పరబ్రహ్మ స్వరూపము. కేశమనాత్మికము అనాత్మిక దోషమును పరీక్షింపక పోవుట అంధత్వమే యగును. ఇది పౌష్యని లోపమే కనుక నతడంధత్వ శాపము నొందెను. ఇక దోషమును విడిచి గుణమును గ్రహించు నుదార భావ ముదంకునకు లేకపోవుటచే నతడన్నమునే విసర్జించెను. "అన్నాద్ధ్యేవ ప్రజాః ప్రజాయంతే" అని శ్రుతి సిద్ధాంతము. అన్నము వలన శుక్రమేర్పడును; శుక్రమువలన సంతానము కలుగును. "ఓషధీభ్యోఽన్నం, అన్నాద్రేతః రేతసః పురుషః" (తై॥ఉ) సంతానోత్పత్తికి హేతువైన అన్నమును రోసినందున నుదంకుడనపత్య శాపము నొందినాడు.

"అన్నం న నింద్యాత్" అని శ్రుత్యాదేశము. ఇచ్చట దుష్టమైనది కేశముకాని అన్నము కాదు. "యస్మాత్త్వమదుష్టమన్నం దూషయసి తస్మాదనపత్యోభవిష్యసి" అని మూలములో సహేతుకముగ నున్నది. దానిని నన్నయ "అల్పదోషంబున నాకు శాపంబిచ్చిన వాఁడవు నీ వన

పత్యుండవగు" మని మార్పు చేయుటలో అన్నాపత్యములకు గలప్రచ్ఛన్న కార్యకారణ సంబంధము విచ్ఛిన్నమైనది.

తక్షకుడుదంకుని వంచించి కుండలములఁ దస్కరించి భూబిలము ద్వారా పాతాళమున కేగెను. తక్షకుడనగా వడ్రంగి. "తక్షూతనూకరణే" అని కోశనిరుక్తి. బ్రహ్మాశ్వత్థము నందలి శరభాగమును చెక్కి భౌతిక రూపములను నిర్మించు త్వష్టాప్రాణమే తక్షకుడు. "బ్రహ్మవనం బ్రహ్మ సవృక్ష ఆస యతో ద్యావా పృధివీ నిష్టతక్షుః" అని శ్రుతి. "విష్ణుర్యోనిం కల్పయతు త్వష్టా రూపాణి పింశతు" (బృహ) - "త్వష్టావై రేతః సిక్తం వికరోతి "-త్వష్టా రూపాణాంరూపకృద్రూపపతిః "ఇత్యాది శ్రుతులు త్వష్టాప్రాణమును ఆకార నిర్మాతగా నిరూపించును. ద్యులోకమునుండి మనకు సంక్రమించిన అతీంద్రియ మనోబుద్ధులు నామ రూపాత్మకమైన భౌతిక శరీరములో త్వష్టా ప్రాణముచే హరింపబడుటయే తక్షకుడు కుండలముల నపహరించుట. పాతాళ రంధ్రాన్వేషణముచేసి వీనిని బట్టుకొనవలసియున్నది.

ప్రాకృతజన దుర్నిరీక్షములగు గుహానిహిత రహస్యములను సాక్షాత్కరింపజేసికొను విధానమును వేదద్రష్టలగు ఋషులు కనిపెట్టిరి. దీనికి "బిల్మవిద్య" యని పేరు. బిల్మమార్గమున దర్శింపదగిన శక్తి బిందు మాలిని యని కొనియాడబడినది. ఇది కుండలినీ శక్తిగా యోగిలోకమున ప్రసిద్ధమైనది. ఋషు లుపదేశించిన శబ్దద్వారమున దీని నెరింగి మూలాధార చక్రమున నిద్రాణమైయున్న అధఃకుండలినీ శక్తిని ప్రబోధము గావించినచో మనఃపవనముల క్షోభచే నది మేల్కొని బ్రహ్మబిల సమాశ్రయమున నూర్ధ్వ గమనముచేసి ఆజ్ఞా చక్రము నధిరోహింపగనే భ్రూమధ్య మందలి జ్ఞాననేత్ర మున్మీలనమై దివ్య శక్తులు లభించును. ఉదంకుడు భూ బిలముద్వారా పాతాళముఁజొచ్చి చేసిన పన్నగస్తుతి కుండలినీ శక్తి ప్రబోధమే. అతడశ్వాపానములో నూదిన శబ్దమువలన వెట్టపుట్టి

కుండలీంద్రుడు వశుడగుటతో నతని కభిమతార్థసిద్ధి యయ్యెను. కుండలినీ శక్తి సర్పరూపమున నపానము నందుండును. అధఃకుండలినీ శక్తిని మేలు కొలుపుటకు మూలములో '' ఏన మశ్వమపానే ధమ '' అని చెప్పబడిన మార్గము యోగశాస్త్ర విహితము. దీనిని మళ్లించి నన్నయ '' అశ్వకర్ణ రంధ్రాధ్మానంబు సేయు " మని సూచించిన మార్గాంతర మెంతవరకు గంతవ్యమో చింతనీయము.

గురుహిత కార్య నిర్వహణము వలన నుదంకునకు దివ్యానుభూతులు కలిగెను. మహా భయావహమగు వాసనా బలములు మానవుని ప్రజ్ఞా విశేషములను హరించి యధఃపతనము నొందించును గావున నుదంకుడు వానిని నంతమొందించుటకు సర్పయాగము సేయుమని జనమేజయుని ప్రోత్సహించెను.

12. పరీక్షితు శాపవృత్తాంతము

పరీక్షిన్మహారాజు వేటకేగి యొక మృగము నేసెను. అది వ్రేటువడి పారిపోయెను. అతడు దానిని గానక అడవిలో వెదకి వెదకి వేసారి క్షుత్పిపాసాయాసములచే సోలుచు దూలుచు శమీక మహాముని యాశ్రమమునకు జేరి తనచే వ్రేటువడిన మృగ మెందుబోయెనని యమ్మునిని నడిగెను. అతడు సమాధి నిష్ఠుడగుటచే సమాధాన మీయలేదు. రాజు రోష దర్పంబున మృత సర్పంబును దెచ్చి తాపసుని మూపునవైచి చనెను. శమీక పుత్రుడగు శృంగి మునికుమారులవలన దాని నెరింగి తన తండ్రి నవమానించినవాడు నాటి కేడు దినములలో తక్షక విషాగ్ని దగ్ధుడయ్యెడునని శాపమిచ్చెను. మహా మహీ రక్షకుడైన పరీక్షిత్తుం గట్టి శాపమిడుట పాపమని శమీకు డాకులపడి తక్షకుని ముప్పు దప్పించుకొను రక్షణోపాయము చేసికొమ్మని రాజునకు వార్త నంపెను.

పరీక్షితుడు శృంగి శాపము విని క్రుంగి ప్రాణత్రాణమునకు మంత్ర తంత్ర ప్రవీణులైన విష వైద్యులను తనయొద్ద బెట్టుకొని యేకస్తంభ హర్మ్యంబులో ప్రాయోపవిష్టుడై యుండెను. సప్తమ దివసమున విప్రవాక్య ప్రేరితుడైన తక్షకుడు విప్రులతో గలసివచ్చి వారు రాజునకు కానుకగా దెచ్చియిచ్చిన యొక స్వాదు ఫలములో నదృశ్యరూపుడై చొచ్చియుండెను. ప్రొద్దుగ్రుంకునపుడు పరీక్షితుడు కాలనియోగ ప్రేరితుడై తత్ఫలము నాస్వాదింప నందుండి తక్షకుడు క్రిమి రూపమున వెడలి భీకర కాకోదరమై కఱచి పఱచెను. తక్షక విషాగ్నిచే పరీక్షితుడు తక్షణమే భస్మీభూతుడయ్యెను.

వ్యాఖ్య :- పరీక్షితుడనగా పరీక్షించువాడు; విన్నది కన్నది పరీక్షించి తెలిసికొనువాడు ఇతడు ఉత్తరాగర్భములో దుర్భర నరకము ననుభవించు నర్భకావస్థలో దన్ను రక్షించువాడెప్పుడొకోయని పరీక్షించుటచే

పరీక్షితుడనబడెను. ఉత్తరోత్తర జన్మక్లేశములు తొలగవలయునన్నచో నందరు నంతరంగ పరీక్ష చేసికొనవలసినదే కర్మజనిత వాసనా సంస్కారములు జన్మ క్లేశములకు మూలములు. వాసన లేదో జన్మరాదు. పరీక్షితుడు శమీకుని మెడకో మృత సర్పము: వైచుట ముని చిత్తవృత్తిని పరీక్షించుటకే. కామ క్రోధాది చిత్తవృత్తులు సహజముగ శాంతించి పోవుట శమము. బలవన్నిగ్రహముచే వీని నణచిపెట్టుట దమము. దమము తిరుగబడినచో మదమగును. కావున దమము కంటె శమము మంచిది. దమము ప్రదర్శించినవాడు పరీక్షితుడు ముని మెడకో నీతడు మృత సర్పమును బడవేసిన మదమునకు మృత్యు శాపము నొందినాడు. శమము కలవాడు శమీకుడు. ఇతనికి వాసనలు శమించిపోయినవి. కావున పాము మీద వైచినను చిత్తవృత్తి రేకెత్తలేదు ఇతడు శృంగి కోపమునకు శాపమునకు నొచ్చుకొనెనే కాని మెచ్చుకొనలేదు "అడచినఁగొట్టినఁ దిట్టినఁ బడుచుందురు కాని పరమ భాగవతులు దారొడఁబడరు మారునేయఁగ" అన్న భాగవత లక్షణమును భావగతము చేసికొన్న శాంతమూర్తి శమీకుడు. ఏడు దినములలో తనకు కీడు మూడనున్నదని యెరింగి భాగవత శ్రవణము చేసి తరించిన ముముక్షు దక్షుడు పరీక్షితుడు.

కర్మఫలాశక్తియందే దోషమున్నది కాని కర్మాచరణములో దోషము లేదు కావుననే భగవంతుడు "కర్మణ్యేవాధికారస్తే మా కర్మఫల హేతుర్భూ" అని గీతలో ప్రబోధించినాడు. పరీక్షితుడు విషయాసక్తుడై కర్మఫలాస్వాదనము చేయుటచే వాసనా రూపమున నందున్న విషబీజము విషధర రూపమున విజృంభించి యాతనికి మరణ కారణమైనది. మంత్ర తంత్రాదు లెవ్వియు నితని కర్మఫలానుభవము తప్పింప లేకపోయినవి ఇంతటితో వాసనల పరీక్షా ఘట్టము పరిసమాప్తమైనది. ఇక వీనిని జయింప వలసి యున్నది.

13. జనమేజయ సర్పయాగము

తక్షక విషావలముచే తండ్రి దివంగతుడగుట విని జనమేజయుడు సర్పకుల ప్రళయంబు సేయ సమకట్టి ఋత్విజులను సంప్రదించి కాశిరాజ పుత్రియగు వపుష్ట ధర్మపత్నిగా సర్పయాగమునకు సన్నద్ధుడయ్యెను. ఈ యజ్ఞము తుదముట్టనేరదని వాస్తు విద్యా నిపుణుడైన యొక పౌరాణికుడు చెప్పినను జనమేజయుడు లెక్కసేయలేదు యజ్ఞాయతనంబున వ్యాస వైశంపాయనాది మహామునులు సదస్యులుగా పర్యవేక్షణ సేయుచుండ వేదనాదములతో యాజ్ఞికు లగ్నికుండముచేసి వేల్చుచుండిరి. ఋత్విజ్మంత్రములచే నామంత్రితములై యెక్కడెక్కడి పాము లక్కడి దారుణ మారణ హోమానలంబునంబడి హాహారావములతో స్వాహా యగుచుండెను. త్రాహి త్రాహి యని తక్షకు డింద్రు సింహాసనమును జుట్టుకొనెను. "సహేంద్ర తక్షకాయాను బ్రూహి" అను నా మంత్రణముతో తక్షకునితో గూడ నింద్ర సింహాసనము తరలివచ్చి మేఘ పథంబున మిడుకుచుండెను. అంతలో వాసుకి పనుపున నధిక సాత్త్వికుడైన ఆస్తీకుడేతెంచి స్వస్తి వాక్యములతో జనమేజయుని సంస్తుతించి సర్పయాగము నుడిగించెను

పిమ్మట భారత కథా శ్రవణ కుతూహలుడైన జనమేజయుని కరుణించి వ్యాసుడతనికి భారతాఖ్యానమును సవిస్తరముగా జెప్పుటకు వైశంపాయను నియోగించెను.

వ్యాఖ్య:- వాసనలు మనస్సునందు జవించుటచే జనములనబడును. జనములను జయించువాడు జనమేజయుడు. వాసనలను జయించుటెట్లు? "జ్ఞానాగ్ని సర్వకర్మాణి భస్మసాత్కురు తేర్జున" అన్నట్లు కర్మజనిత వాసనా సంస్కారములను జ్ఞానాగ్నిలో భస్మము వేయవలయును. అప్పుడవి దగ్ధబీజములవలె నిర్వీర్యములై మొలకెత్తజాలవు. కావున క్లేశ మూలములగు వాసనలను సమూలముగ నాశనము చేయుటకు జనమే

జయుడు సర్పయాగమును సాగించినాడు. ఇది ఆధ్యాత్మిక యజ్ఞము కాని వైధ యజ్ఞముకాదు. కావుననే యిట్టి సర్పయాగ మేశాస్త్రము నందైన గలదాయని జనమేజయుడు ఋత్విజులనడిగెను. వారిట్లనిరి. "నీ తదర్థమ కాఁగ దేవ వినిర్మితంబిది యన్య లుర్వీతలేశ్వర దీనిఁజేయరు" అని దీని ప్రత్యేకత దెలియ జెప్పిరి. ఈ యాధ్యాత్మిక యజ్ఞము శరీరమునందే జరుగవలయును. కావున జనమేజయునకు వపుష్ట యజ్ఞపత్నిగా నుండెను. వపుః = శరీరమునందు, స్థ = ఉండునది = వపుష్ట. ఈమె కాశిరాజ పుత్రి. కాశము (ప్రకాశము) గలది కాశి. జ్ఞాననేత్రము ప్రకాశించు భ్రువోర్మధ్య స్థానము కాశి యనబడును. కావున దీనిని జ్ఞానయజ్ఞముగా నెఱుంగదగును.

ఈ మనోజ్ఞయజ్ఞమునందు కర్మ సంబంధమయిన వాసన లన్నియు నశించినను జ్ఞాన సంబంధమైన యొక వాసన మాత్రము మిగిలి యుండును. అదే వాసుకి. సృష్టి నష్టమగుట సృష్టి కిష్టము కాదు. వాసన మిగులవలె; సృష్టి జరుగవలె. ఇది సృష్టి సూత్రము. దీనికి సంపూర్ణ విచ్ఛిత్తి యెన్నడును సంభవింపనేరదు. కావున వస్తుతత్వ వేత్తయగు వాస్తువిద్యా నిపుణుడు సర్పయాగము సంపూర్ణముగా నెఱవేఱదని చెప్పినాడు. అట్లే ప్రజ్ఞానేంద్రుని సింహాసనమును జుట్టుకొని తక్షకుడు మిగిలినాడు. వాసుకి ప్రముఖులను రక్షించుటకు ఆస్తీకుడేతెంచి స్వస్తి వాక్యములతో జనమేజయుని సర్పయాగమును మాన్పించినాడు. అస్తి బ్రహ్మోపాసకుడు ఆస్తీకుడు. బ్రహ్మ అస్తిత్వమే నాస్తి విశ్వమునకు ప్రతిష్ఠ. "అస్తీత్యేవోపలబ్ధవ్యః" అని శ్రుతి. ఆస్తిక్యము వలన జనులకు మృత్యుభయము తొలగి సు + అస్తి=స్వస్తి యగును. అస్తి – నాస్తి భావములను శ్రుతి యిట్లు నిరూపించినది.

"అసన్నేవ సభవతి అసద్బ్రహ్మేతి వేదచేత్
అస్తి బ్రహ్మేతి చేద్వేద సంతమే నంతతోవిదుః (తై॥ ౬)

కర్మజనిత వాసనా సంస్కారములు క్షయమైన పిదపనే విజ్ఞాన విద్యు త్ప్రసారము జరిగి భారతార్థ ముద్భాసితమగును. కావున వేదవ్యాసుడు సర్పయాగానంతరము జనమేజయునకు భారతాఖ్యానము దెలుపుటకు వైశంపాయను నియోగించెను. వి + శంప + అయనుడు = వైశంపాయనుడు=విజ్ఞాన విద్యున్మార్గమున సంచరించువాడు.

"విజ్ఞాన విద్యుత్సంచారాత్
అజ్ఞాన తిమిరాత్యయః
క్షణికో౽పి సుఖాయస్యాత్
వేదమార్గే విచారిణామ్"

14. వ్యాస జననము

ఉపరిచర వసుమహారాజు వేట కరిగి తన భార్యయగు గిరికాదేవి యంగాంగ సౌందర్యమును తలచి తలచి డెందమున నానందపరవశుడు కాగా నతనికి రేతస్యందమయ్యెను. అతడు దానినొక దొప్పలోబెట్టి యొక డేగ మెడలో గట్టి తన భార్యకిమ్మని పంపెను. అది వ్యోమమున నెగయుచుండ దాని నామిషమని భ్రమించి మరియొక డేగ యా డేగను దాకెను రెంటి మింటి పోరాటములో పర్ణపుటము వ్రస్సి యందుండి చెదరిన వసు వీర్యము వాయు వశమున యమునానదీ జలమధ్యమున బడెను. అందు బ్రహ్మశాపముచే అద్రికయను నప్సరస మీన రూపము నొందియుండెను. అది యవ్వసు వీర్యమును ద్రావి గర్భము దాల్చెను. దానిని జాలరులు పట్టుకొని కోసి యందొక కొడుకును కూతును జూచి వారిని గొనిపోయి దాశరాజున కిచ్చిరి. అద్రిక మీనయోని విడిచి యప్సరోరూపమున దేవలోకమున కరిగెను. అక్కుమారుడు మత్స్యదేశమున కధిపతి యయ్యెను. మత్స్యగర్భమున బుట్టిన యక్కన్య మత్స్యగంధి యనుపేర దాశరాజు నొద్ద బెరుగుచు యమునలో నోడ గడపుచుండెను.

ఒకనాడు పరాశర మునీంద్రుడు తీర్థయాత్రామార్గమున యమునానది యోడరేవునకు వచ్చి మత్స్యగంధిని జూచి మదన పరవశుడయ్యెను. అతడు దివ్యజ్ఞానమున దాని జన్మము నెరింగి యోడనెక్కి దానితో జని తన మనోవాంఛ నామె కెరిగించెను. ఆమె యిటు పాపమునకు - అటు శాపమునకు వెఱచి ఔననలేక కాదనలేక వానిని తనకు దోష మెట్లంట కుండునో యట్లు చేయుమనెను. అమ్మని వరు డామెకు కన్యాత్వమును సౌగంధ్యమును ప్రసాదించి తన తపోమహిమచే సకలజన దృక్నిరోధంబుగా పట్టపగలు బట్టబయల దట్టంపుటిరులు జిమ్మించి యామెకు మరులు గ్రమ్మించెను. యమునా ద్వీపమున పరాశరు సమాగమమున సత్యవతికి సద్యోగర్భమున వ్యాసుడుదయించెను. పరాశరుడామెకు గోరిన వరములిచ్చి

బడెను. వ్యాసుడు కృష్ణాజిన దండ కమండలు జటాధారియై తన్ను దలచు కొనినప్పుడు వత్తునని తల్లికి జెప్పి తపోవనమున కేగెను. ఇతడు కృష్ణ వర్ణుడై యమునా ద్వీపమున బుట్టుటచే కృష్ణద్వైపాయనుడనియు, వేదము లను విభజించుటచే వేదవ్యాసుడనియు పేరొందెను.

వ్యాఖ్య : — ఉపరిచర వసువు=ఉపరిలోకములందు జరించు కిరణ ములు గలవాడు=సూర్యుడు. సూర్యోపరిభాగమున నున్న పరమేష్ఠి మండ లము నందలి దిక్సోమము సూర్యునుండి స్ఖలనమై ఖగోళమునందు నిండి యుండును. ఖగోళము ద్రోణి కలశము. ఉపరిచర వసుమహారాజునకు వీర్య స్ఖలనమై దొప్పయందుంచబడుట యిదియే. ఖగోళమునందు సూర్య ప్రజాపతి సోమాహుతినిచ్చి సంవత్సర యజ్ఞము చేయుచున్నాడు. ఖగోళ మధ్య వృత్తము కలశ ముఖము. పూర్వ పశ్చిమములను విభాగించు నీ మధ్య వృత్తమునుండి దేవాసుర సృష్టి ప్రవర్తకులగు ఇంద్ర - వరు ణులు సహజ వైరముతో విడివడుదురు. ఇదియే మింట జరుగు డేగల జంట పోరాటము. ఇందు వాయు వశమున నుత్తర దిక్సోమము యామ్య దిక్కునకు విసరివేయబడును. కావున వసువీర్యము యమునలో బడినది. దానినొక చేప మ్రింగినది. పూర్వమిది అద్రిక యను నొక యప్సరస. "అద్భ్యః సరంతీతి అప్సరసః" అని కోశ నిరుక్తి. దిక్కు నప్సరస యందురు. "విశ్వాచీ ఘృతాచీ చాప్సరసౌ. దిక్చోపదిశాచేతి హస్మాహ మాహిస్థిః" అని శ్రుతి. ఆపోరూప దిక్సోమమే అప్సరస. ఇది అద్రిక పూర్వరూపము.

"అద్భ్యః పృథివీ" అన్నట్లు ఆపస్సులు ఘనీభవించి పృథ్వీ రూపమున బరిణమించును. జలమధ్యముననుండు మర్త్యమగు పృథివియే మత్స్యము. ఈ చేపరూప మద్రిక శాపరూపము. అంతరిక్ష సోమము పార్థివాగ్ని యందాహుతము కాగా ప్రజోత్పత్తియగును. అద్రికయను

నప్పరన మీనరూపమునొంది వసువీర్యమును మ్రింగుటలోని రహస్య మిదియే. ఉపరిచర భావమును భవమునకు మలచుటలో గిరిక—అద్రికల సమానార్థ ప్రతిపత్తి గుర్తింపదగినది. సృష్టి స్త్రీ పురుష నిర్మాణాత్మకము. మత్స్యగర్భమునుండి కొడుకును కూతురును వెలయుట దీని కుపలక్షణము. కార్యమును వెలయించిన పిదప కారణ మదృశ్యమగును. కావున మానుష ప్రసవ మొనరించిన పిదప అద్రిక యదృశ్యయైనది. "పృథివీ గంధవతీ" యనుటంబట్టి పృథ్వీరూప మత్స్య గర్భమున బుట్టినకన్య మత్స్యగంధి యనబడెను.

పరావాక్శక్తి కలవాడు పరా + శరుడు = పరాశరుడు. శరము = బాణము, వాణము, వాక్. పరావాక్కు అదృశ్య శక్తి కలది. కావున పరాశరుడు అదృశ్యంతికి శక్తికి బుట్టినాడు. పరావాక్శక్తి సోమ మార్గము ననుసరించి వచ్చి యమృతాగ్నిరూపమున పిండ హృదయమందు ప్రతిష్ఠిత మగును. అట్లే పరాశరుడు తీర్థయాత్రా మార్గమున యమునానది కేతెంచి మత్స్యగంధిని గూడినాడు. యమున యందలి బల్లకట్టు పూర్వాపరములకు సంధానము. పరావాక్శక్తిచే మర్త్యగంధియగు మత్స్యగంధి యోజనగంధి యగు నమృత గంధిగా మారి సత్యవతియైనది. తమఃప్రకాశము లొక్కచో గూర్పబడినవి. మత్స్యగంధి యమృత మర్త్యగ్రంథి యైనది. పరాశర సమాగమమువలన సత్యవతికి సద్యోగర్భమున వ్యాసుడుదయించినాడు.

వస్తువును గ్రహించి దానికి ప్రతిష్ఠం గూర్చునది కేంద్రమే కనుక దానిని "గర్భ'' మందురు. " గృహ్ణాతి పదార్థం " అను వ్యుత్పత్తింబట్టి 'గర్హ' యనునది వైదిక ఛందస్సునందు హకారము భకారమగుటచే 'గర్భ' యైనది. ఈ కేంద్ర శక్తి అగ్ని శక్తియే. కేంద్రము, పరిధియు గలది సత్యము. కేంద్రము, ఆయతనము లేనిది ఋతము. అగ్ని సత్యము; సోమము ఋతము. ఇవి యవినాభావములు. " అశరీరం అహృదయం

ఋతం-సశరీరం సహృదయం సత్యమ్" అని నిర్వచనము. సోమ గర్భిత మగు నగ్ని వేదము సత్యము. సత్యప్రతిష్ఠగలది సత్యవతి వస్తు ప్రతిష్ఠకు సీమావకాశమేర్పడిన యవ్యవహితోత్తర కాలమునందే కేంద్ర మేర్పడును గనుక దీనిని సద్యోగర్భమందురు. కేంద్ర మేర్పడిన వెంటనే వ్యాసము తయారగును. వ్యాసుడు సద్యోగర్భ సంజాతుడనుటలోని విజ్ఞాన రహస్య మిదియే. ఉపరిచర వసుమహారాజు వీర్యమున బుట్టిన మత్స్యగంధి క్షత్రియకావి సూతకుల ప్రసూతకాదు. ఈమెకు పరాశరుని వలన జన్మించిన వ్యాసుడు బ్రహ్మ వీర్య సంజాతుడుకాని హీన యోనిజుడుకాదు. విజ్ఞాన గంధములేని విమర్శకులు వ్యాస జననమునకు కళంక మాపాదించుట యజ్ఞాన లక్షణము.

పృథ్వియందుగాని, శరీరమునందుగాని పిండ హృదయమున ప్రతిష్ఠితమైన యమృతాగ్ని వాగ్రూపమున వితానము జెందును. ఈ వాగగ్ని వితానమును వ్యాసుడందురు. "విస్తారః విగ్రహః వ్యాసః" అని కోశనిరుక్తి. వాగ్వితానమువలన నమృతాగ్ని ఘన-తరళ-విరళావస్థల నొంది వరుసగా అగ్ని-వాయు-ఆదిత్య రూపము లొందును. వీని నుండి ఋక్-యజుః-సామము లేర్పడును.

"అగ్నివాయు రవిభ్యస్తు త్రయం బ్రహ్మ సనాతనం
దుదోహ యజ్ఞసిద్ధ్యర్థం ఋగ్యజుస్సామలక్షణమ్ (మను)

అగ్నిత్రయ విభాగముపైన సోమభాగము పర్యవసించును. దీనిని అథర్వ వేదమనియు, బ్రహ్మవేదమనియు, సోమవేదమనియు నందురు.

అగ్ని ప్రధానమైన ఋక్కు మూర్తికిని (ఆకారము=Shape) వాయు ప్రధానమైన యజుస్సు ప్రాణమునకును, ఆదిత్యప్రధానమైన సామము

జ్ఞాన తేజమునకును సంబంధించినవి. ఈ మూటికి నాధారమగు పదార్థము అధర్వవేదము.

"ఋగ్భ్యోజాతాం సర్వశోమూర్తి మాహుః
సర్వా గతిర్యాజుషీహైవ శశ్వత్
సర్వం తేజః సామరూపంహ శశ్వత్
సర్వం హీదం బ్రహ్మణాహైవ సృష్టమ్''   (తై॥బ్రా)

పదార్థ మూలాధార తత్వము వాక్. వాక్కుయొక్క వివరణ రూపములే వేదములు "వాగ్వివృతాశ్చవేదాః". ఏకరాశిగానున్న వేదపదార్థము వాగగ్ని వితానమువలన చతుర్వేదములుగా విభక్తమగుచున్నది. వ్యాసుడు చేసిన వేద విభాగ మిదియే. మనలోని వెన్నెముకయే వ్యాసుడు. వ్యాసోత్పత్తి స్థానమగు హృదయ కేంద్రమున బ్రహ్మ విష్ణు మహేశ్వరులు నియతముగ నుందురు. కావున వ్యాసుడు బ్రహ్మ విష్ణు మహేశ్వర స్వరూపుడుగా స్తుతింపబడుచున్నాడు.

" అచతుర్వదనో బ్రహ్మ
ద్విబాహు రపరో హరిః
అఫాల లోచనశ్శంభుః
భగవాన్ బాదరాయణః "

15. యయాతి చరిత్రము

దేవాసుర సంగ్రామమున మరణించిన యసురులను శుక్రాచార్యుడు మృత సంజీవనీ విద్యచే బ్రతికించుచు దానవేంద్రుడగు వృషపర్వునకు ఇంపు నింపుచుండెను. నిలింపులు పెంపు దరిగి శుక్రుని వలన మృత సంజీవని వడయుటకు బృహస్పతి కుమారుడగు కచుని బంపిరి.

కచుడు శుశ్రూషా కౌశలమున శుక్రునకు ప్రియశిష్యుడై మృదు మధుర భాషణములచే గురుపుత్రియగు దేవయానికి మరింత మనః ప్రియంబుగా మసలు చుండెను. అసురు లసూయచే నొకనాడు వాని నడవిలో మడియించి చెట్టునకు గట్టి చనిరి. పొద్దు గ్రుంకినను కచుడు రామింజేసి దేవయాని వాని కేమి హాని మూడెనో యని డెందమున నాందోళనము జెంది తండ్రితో మొఱవెట్టెను. శుక్రుడు దివ్యదృష్టింగని దనుజ విహతుడయిన కచుని మృత సంజీవనిచే బ్రతికించి రావించెను.

రక్కసు లక్కసు దీరక యొక్కనాడు కుసుమములు దేర నరిగిన కచుని కపిమసంగి వాని దేహము దహించి యబ్బూదిని సురతో గలిపి శుక్రునిచే ద్రావించిరి. తొల్లింటియట్ల దేవయాని కచుం గానక తండ్రి మ్రోల విలపించెను. శుక్రుడు యోగదృష్టి సారించి లోకాలోకపర్యంత భువనాంతరముల నెందును కచుంగానక భస్మరూపమున సురాపానముతో గలసి తన యుదరంబు సొచ్చియున్న కచుని జూచి స్వయంకృతాపరాధమునకు వగచి మతిమఱపు గొలుపు మద్యపానము మహాపాతకముగా నిషేధించి కచుని పునరుజ్జీవింప జేసెను. శుక్రుడు తన యుదర భేదనమునగాని కచుడు వెలువడుటకు మార్గాంతరము లేదని తన్ను మరల బ్రతికించుటకు వానికి సంజీవనీ విద్యనుపదేశించెమ. గర్భ నిర్గతుడైన కచుడు విగతజీవుడై పడియున్న శుక్రుని సంజీవితు గావించెను.

చిరకాల శుశ్రూషానంతరము కచుడు గురుననుజ్ఞ వడసి దేవ లోకమున కేగుచు దేవయానితో జెప్పెను. ఆమె తనకు నావజ ప్రభావమున నాతనితో మున్నే వివాహమైనదని విన్నవించి తన్ను పరిగ్రహింపుమని కోరెను. గురు పుత్రిక సోదరి యగునని యాతడామెను నిరాకరించెను. అందుల కామె కోపగించి వానికి సంజీవని పనిచేయకుండెడుమని శపించెను. అట్లయిన నది తనచేత నుపదేశము గొన్నవారికి పనిచేయు నొమ్మని, యాతడధర్మవర్తనమునకొడిగట్టిన యామెకు బ్రాహ్మణుడు భర్త గాకుండెడుమని ప్రతిశాపమిచ్చి దేవలోకమున కరిగి దేవతలకు సంజీవని యుపదేశించెను.

ఒకనాడు వృషపర్వుని పుత్రికయగు శర్మిష్ఠ కన్యకా సహస్ర పరివృతయై దేవయానీ సహితంబుగ వనంబున కరిగి సరోవరంబున జల క్రీడ లాడుచుండగా గట్టున వేఱువేఱపెట్టిన వారివారి చీరలు గాలి కెగిరి తాఱుమాఱయ్యెను. అందలి సందడిలో దేవయాని పుట్టము శర్మిష్ఠ గట్టి కొనెను. దేవయాని దాని కట్టిన మైల గట్టనని రట్టుచేసెను. శర్మిష్ఠ కోపంబున దేవయాని నొక్క కూపంబున ద్రోచి పోయెను. నహుష సూతి యగు యయాతి మహీపతి మృగయా మార్గమున జలమపేక్షించి యచ్చటికి వచ్చి యన్నూతి దిగ నూతగొనియున్న దేవయానింగని కని కరంబున గరంబు వట్టి సుకరంబుగ నామెను వెలువరించి చనెను. దేవయాని తన్ను రోయుచు వచ్చిన ఘూర్ణికతో వృషపర్వుని పురము సొరనొల్లనని తండ్రికి కబురంపెను. శుక్రుడు తనకు దేవయానియే గతియని యామెతో ప్రయాణము గట్టెను. చారులవలన వారి సమాచార మెరిగి యసురవల్లభు డరుదెంచి తామందరు శుక్రుని సొత్తుగావున దేవయాని కోరిన దిత్త రమ్మనెను. దేవయాని కన్యకా సహస్రముతో శర్మిష్ఠను తనకు దాసిగా బడసి వంత ముజ్జగించెను.

ఒకనాడు దేవయాని శర్మిష్ఠాది సఖులతో వన విహారమునకరిగి సుందరీ బృంద సుగంధ బంధుర మందానిల మార్గంబున నందులకేతెంచిన యయాతింగని, మున్నతడు తన పాణిగ్రహణంబుచేసె గావున నాతనిని తన్ను వివాహమాడుమని వేడెను. క్షత్రియులు బ్రాహ్మణ కన్యకలను పెండ్లాడుట ధర్మ విరుద్ధమని యాతడందుల కంగీకరింపలేదు. దేవయాని తన తండ్రిని రప్పించి యందప్రక్రమదోషము లేదని యయాతికి జెప్పించి యొప్పించెను. శుక్రుడు యయాతికి దేవయానినిచ్చి వివాహముచేసి శర్మిష్ఠాసంగమము నిషేధించి పంచెను. దేవయానికి యదు తుర్వసులను నిరువురు కొడుకులు పుట్టిరి.

శర్మిష్ఠయు యయాతిని వలచి తన మనోరథము నేకాంతముగ నాతని కెరిగించెను. అతడు శుక్రునికిచ్చినమాట బూటకమగునని సంకోచింపగా నామె యంగనా సంగమ వివాహాదులందు బొంకవచ్చునని వానికి నచ్చజెప్పెను. అతడామె యభీష్టము నీడేర్చెను. శర్మిష్ఠకు ద్రుహ్యు-అను-పూరులను మువ్వురు కొడుకులు పుట్టిరి. దేవయాని తద్వృత్తాంత మెరింగి చింతా కోప సంతాపిత స్వాంతయై తన యవమానము తండ్రికి జెప్పెను. శుక్రుడు యయాతిని యౌవన మదముచే దానవీ సంగమము చేసితివి కావున జరాభార పీడితుడవు గమ్మని శపించెను. శుక్రు శాపమున వార్ధక్యము నొందిన యయాతి దేవయానియందు కామోపభోగ తృప్తి నొందక నందనులను బిలిచి మీయందొక్కడు నా ముదిమిగొని మీ జవ్వనము నాకిండని యడిగెను. అగ్రసంభవులది యసంభవమనిరి. పూరుడు తన తారుణ్యము తండ్రికిచ్చి వాని కారుణ్యమున రాజ్యలబ్ధి నొందెను.

యయాతి సర్వసుఖముల ననుభవించి సర్వసంగ వర్జితుడై తప మాదరించి స్వర్గలోకమున కేగెను. అతడు మహర్షులకంటె మహత్తర

తపము చేసితినని గర్వించుటచే నందుండి యధఃపతన మొందెను. ఆతనిని దౌహిత్రు లుత్తమగతి నొందించిరి.

వ్యాఖ్య : - సృష్ట్యుపాదానము శుక్రము. శుక్రరూపమొందిన బ్రహ్మయే విశ్వరూపమున పరిణమించును.

"తదేవ శుక్రం తద్బ్రహ్మ తదేవామృత ముచ్యతే
తస్మిన్ లోకాః శ్రితాస్సర్వే తదునాత్యేతి కశ్చన
ఏత ద్వైతత్ '' (కఠ)

అమృత - బ్రహ్మ - శుక్రములతోగూడిన త్రిపాద్బ్రహ్మ సంస్థ కంటె లోకసంస్థ వేరుకాదు. కావుననే శ్రుతి "ఏతద్వైతత్" అని వక్కాణించెను. ఇందు సృష్టి కుపాదానమగు శక్తిమే శుక్రుడు. శుక్రమువందుండు నాగ్నేయ ప్రాణమును "వృషా" యందురు. "వర్షతీతి వృషా" అని నిరుక్తి. ఇది రేతస్సును వర్షింపజేసి ప్రజోత్పత్తి గావించును. "పశ్చాద్వైపరీత్య వృషా యోషా మధిద్రవతి అనుద్రవతి తస్యాంరేతః సించతి" (శత). రేతస్సే చనము గావించు వృషాప్రాణమే వృషపర్వుడు. పురుష శుక్రమందు వృషా ప్రాణము మూర్ఛితమగుచో సంతానోత్పత్తి జరుగదు. శుక్రుడు వృషపర్వు నాశ్రయించి యుండుటలోని ప్రయోజన మిదియే.

వాక్—ఆపః- అగ్ని భేదముచే శుక్రము త్రికలమయ్యు నమృత - మృత్యు భేదమున షట్కలమగును. ఆపశ్శుక్రము వలన నసురప్రాణము లుత్పన్నమగును. కావున శుక్రు నసురాచార్యుడందురు. అంగి రోగ్ని వలన దేవప్రాణము లుత్పన్నమగును. కావున నంగిరా బృహస్పతిని దేవగురు వందురు. ఆగ్న్యాపస్సులు విభిన్నతత్వము లగుటచే దేవాసుర యుద్ధము ప్రకృతి సిద్ధము. జ్ఞానాధిక్యముచే దైవబల మాసుర బలమును జయించును.

దేవాసుర సంగ్రామ ఫలిత మసుర వినాశనమే. అసురులను శుక్రుడు బ్రతికించు చుండెను.

అమృత – మృత్యువులకు సంధిభాగము శుక్రమే కావున మృత సంజీవనీ విద్య శుక్రునియొద్ద నున్నది. దేవహితార్థము కచుడు దీనిని గొనితేర నరిగెను. జీవన్మృత్యు రహస్యమును గ్రహింపజాలునది బుద్ధియే. ఇది బ్రహ్మ భావమునందు జరించుటయే బ్రహ్మచర్యము. కచుడు బృహస్పతి కొడుకు కావున బుద్ధిమంతుడు; బ్రహ్మచారి. "క ఇతి బ్రహ్మణో నామ తస్మిన్ చరతీతి కచః" ఇతడు బ్రహ్మచారి కనుకనే శుక్ర శుశ్రూష చేసినాడు. బ్రహ్మచారియగుట వలననే యితనిని దేవయాని వరించినది. ఆసుర వృత్తులు బుద్ధినాశము చేయును. కావున నసురులు కచుని జంపి కాల్చివేసిరి. మనము చూచు భౌతిక పదార్థ రూపము మర్త్యశుక్రత్రయిచే నిష్పన్నమైనది. దీనిని దహించినచో నమృతాగ్ని శుక్రి ముత్క్రాంతమై కృష్ణరూపమున దగ్ధపదార్థము మిగులును. ఇది యమృతాప శుక్రమునకు నిదర్శనము. దీని నింకను దహించినచో కృష్ణత్వముపోయి శుక్లరూపమున భస్మము మిగులును. "అదేధం భస్మాంతం శరీరమ్" (ఈశ). అమృత వాక్శుక్ర ప్రతికృతియగు నీ మహా విభూతియే భస్మాంగురాగుడగు మహేశ్వరునకు ప్రియ వస్తువు. భస్మావశేషము శుక్రరూపాంతరము కనుక కచుని బూదిని సురతో గలిపి శుక్రునిచే ద్రావించిరి. పదార్థ యథార్థ స్వరూపమును తనలో వెదకి చూడవలయునే కాని బాహ్యగోచరముకాదు. శుక్రుడు కచుని యస్తిత్వము నట్లే గ్రహించెను. సురాపానమువలన స్మృతి భ్రంశము కలుగును. కావున శుక్రుడు మద్యపానము నిషేధించెను. అమృత-మృత్యువుల రెంటి సన్నివేశముగల శుక్రగర్భమును భేదించినగాని మృత సంజీవనీ విద్య లభింపదు. ఇది గురూపదేశము వలననే సాధ్యమగును. కచుడు దీని నట్లే సాధించినాడు. బ్రహ్మజ్ఞుడు దేవత్వము

నపేక్షింపదు కనుక నితడు దేవయానిని నిరాకరించెను. సూర్యభేదియై చనువానికి జననమరణ ప్రసక్తిలేదు కనుక మృతసంజీవనితో పనియుండదు. కావున కచుడు దేవయాని శాపమునకు లెక్కచేయలేదు. అతడు దేవ హితార్థమే సంజీవని వడసినాడు. దానిని దేవతలకే యిచ్చివేసినాడు.

శుక్రమును వర్షింపజేయు వృషా ప్రాణముచే శరీరము నిర్మిత మగును. శరీరమును రక్షించునది చర్మము. చర్మమును దేవ భాషలో శర్మమందురు. "అథ కృష్ణాజినమాదత్తే శర్మాసి ఇతి చర్మవా ఏతత్కృష్ణస్య తదస్య తన్మానుషం శర్మ దేవత్రా ఇతి" (శత). శర్మము గలది శర్మిష్ఠ. అమృత శుక్రమునకు జెందినది దేవయాని; మర్త్య శుక్రమునకు జెందినది శర్మిష్ఠ. అమృత శుక్రమందలి వాగాపోగ్నులు మర్త్య విభాగములో అగ్న్యాపోవాక్కులుగ మారును. దేవయానీ శర్మిష్ఠల చీరలు తారుమారగుట దీని కుపలక్షణము. అమృత వాక్శుక్రము భౌతిక శరీర రూపము నొందును గనుక దేవయాని పుట్టము శర్మిష్ఠ గట్టికొనెను. దేవతలకు స్థూలశరీరావరణముండదు కనుక దేవయాని శర్మిష్ఠ గట్టిన మైలగట్టలేదు. భౌతిక శరీర పిండ మాపః ప్రధాన శుక్ర శోణిత నిర్మిత మగుటచే నందు మొదట నసుర సామ్రాజ్యమే యుండును. అసురీ ప్రాణము దేవతా ప్రాణమును ఆపస్సులలో నణచి యుంచును. శర్మిష్ఠ దేవయానిని కూపములో దోయుట యిదియే. బాల్యమున బుద్ధిసంయోగము లేక చాంద్ర మనస్సు స్వకీయ కృష్ణరూపమున ప్రకాశ శూన్యమై యాసుర భావ ప్రధానముగ నుండును. అజ్ఞానమే యాసురము. అప్పుడు చంచల వృత్తులధికము; చేష్టలు యథేచ్ఛానుగతములు; హఠము మెండు. శర్మిష్ఠాధిపత్యమిట్టిదే. ఈ స్థితి పదునారేండ్లవరకు నుండును.

పిమ్మట బుద్ధిభావ ముదయించి జ్ఞాన-కర్మలు వికసించును. వీని యందు యానము సేయువాడు యయాతి, యాతి-యాతి=యయాతి. ఇందు

రెండు యానములు గలవు. 1. దేవయానము జ్ఞాన మార్గము. 2. పితృ యానము కర్మ మార్గము. దేవయానమునకు జెందినది దేవయాని, యయాతి యీమె నుద్ధరించెను. పితృయానముకంటె దేవయానము మేలైనది. కనుకనే శుక్రుడు తనకు దేవయానియే గతియని నిర్ణయించుకొనెను. శరీరోపాదానము శుక్రమే కనుక వృషపర్వుడు తామందరు శుక్రునిని సొత్తని కన్యకా సహస్రముతో తన కూతును దేవయాని కొనగినాడు. బుద్ధివికాసము కలుగుటతో నాసుర శాసనాధిపత్యము తొలగి దేవప్రభుత్వ మేర్పడును, కావున శర్మిష్ఠ దేవయానికి దాసియైనది, యయాతికి దేవయానియందు యదుతుర్వసులు జనించిరి. ఈ దేవయాన యదువంశమునందే దేవకీదేవి గర్భమున శ్రీకృష్ణ భగవానుడవతరించినాడు.

శర్మిష్ఠ కర్మ మార్గమగు పితృయానమునకు జెందినది. ఈ మార్గము సంభూతి వినాశములతో గూడినది. కావున శుక్రుడు యయాతికి శర్మిష్ఠా సంగమము నిషేధించెను. శర్మిష్ఠ యయాతిని వరించి యాతని కిట్లు నచ్చ జెప్పినది,

క॥ "చనుఁబొంకఁగఁ బ్రాణాత్యయ
మున సర్వధనాపహరణమున వధగా వ
చ్చిన విప్రార్థమున వధూ
జన సంగమమున వివాహసమయములందున్"

భాగవతమునందలి వామన ఘట్టమున బలికి శుక్రుడు గఱపిన యాసుర నీతి యీ రీతిగనే యున్నది.

ఆ॥ వారి జాక్షులందు వైవాహికములందుఁ
బ్రాణవిత్తమాన భంగమందుఁ
జకిత గోకులాగ్ర జన్మరక్షణమందు
బొంకవచ్చు నఘము వొంద దధిప॥

ఈ యపవాద పరిధి అతివ్యాప్తి దోషము కలిగియున్నది ఇది శుక్ర నీతి కాని శక్రనీతికాదు. దీనిని సత్యవాదియగు బలియే పాటింపలేదు. కావున నిది యాదర్శముకాదు. "బుద్ధిః కర్మానుసారిణీ" అన్నట్లు యయాతి శర్మిష్ఠ యభీష్టానుసారము కర్మమార్గ ప్రవృత్తుడయ్యెను. ఆమెకు ద్రుహ్యు-అణు-పూరులుదయించిరి. అణుకూటమువలన పురమగు శరీరమేర్పడును. పురమే పూరుడు. శరీరసంసర్గము నొందిన జీవునకు వార్ధక్యము తప్పదు కావున శుక్రుడు దానవీ సంగమముచేసిన యయాతిని జరాభార పీడితుడవుగమ్మని శపించెను. వార్ధక్యము పురమగు శరీరమునకే ప్రాపించును గావున పూరుడే దీనిని స్వీకరించినాడు. పురభావమునుబట్టి పూరునకు రాజ్యలబ్ధి కలిగినది. ఈ పౌరవ వంశమునందు కౌరవ-పాండవు లుద్భవించిరి. నవయౌవనము నొందిన యయాతి దేవయానియందే కాని శర్మిష్ఠయందు విషయాసక్తుడు కాలేదు. కనుక పుణ్యఫల భోగమునకు స్వర్గలోకము నొందగలిగినాడు. కాని "క్షీణే పుణ్యే మర్త్యలోకేవిశన్తి" అన్నట్లు గర్వాతిశయమున నధోగతి నొందినాడు. ఇతనిని దౌహిత్రులుద్ధరించిరి.

శరీర పాతానంతరము ఆత్మకు రెండు గతులు కలవు. 1. దేవయానము-శుక్ల గతి :- అగ్ని, జ్యోతి, అహస్సు, శుక్లపక్షము, ఉత్తరాయణము దీని పర్వములు. ఇది యానా వృత్తి మార్గము. విద్యోపాసకులు మాత్రమే యిందు చేరగలరు. 2. పితృయానము - కృష్ణగతి :- ధూమము, రాత్రి, కృష్ణపక్షము, దక్షిణాయనము దీని పర్వములు. "విధూర్ధ్వ భాగే పితరో వసంతి" అని శ్రుతి. చంద్రుడు, ఆకాశము, వాయువు, ధూమాభ్రము, మేఘవృష్టి, అన్నము, పురుషుడు - ఇది పునరావృత్తి మార్గము. విద్యా నిరపేక్ష కర్మలొనర్చువారు దీనియందు పయనింతురు. శరీరము నందలి యూర్ధ్వనాడీ గమనము ఉత్తరాయణము; అధోగమనము దక్షిణాయనము.

"ద్వేసృతీ అశృణవం, పితౄణామహం
దేవనాముతమర్త్యానాం
తాభ్యామిదం విశ్వమేజత్ సమేతి
యదంతరా పితరం మాతరంచ"   (ఋక్)

ఈ రెండు మార్గములను గీతయందు భగవంతుడిట్లు నిరూపించెను.

"శుక్ల కృష్ణే గతీహ్యేతే జగతః శాశ్వతీమతే
ఏకయా యాత్యనా వృత్తి మన్యయా ఽఽ వర్తతే పునః"

కాని బుద్ధియోగి యీ రెండు మార్గముల వ్యామోహమువంబడక సూర్య భేదనము చేసి పునరావృత్తి రహితమైన పారమేష్ఠ్య లోకముంజేరి బ్రహ్మ ప్రాప్తి నొందును. దీనిని గతి యనక ముక్తి యందురు. అట్టి ముక్తి నొందినవాడు తిరిగిరాడు. "ననపునరావర్తతే". శుక్ల కృష్ణ గతుల సమ న్వయ మార్గము బుద్ధి యోగము వలన లభించును. దీనిని గూర్చి భగవంతు డిట్లు చెప్పుచున్నారు.

" నైతే సృతీపార్థ జానన్ యోగీముహ్యతి కశ్చన
తస్మాత్సర్వేషు కాలేషు యోగయుక్తో భవార్జున
వేదేషు యజ్ఞేషు తపస్సుచైవ
దానేషు యత్పుణ్యఫలం ప్రదిష్టం
అత్యేతి తత్సర్వ మిదం విదిత్వా
యోగీపరం స్థాన ముపైతి చాద్యమ్''

(గీత 8–27 ,28)

16. దుష్యంతుని చరిత్రము

రాజర్షియగు విశ్వామిత్రుడు బ్రహ్మర్షి కాదలచి హిమగిరి శిఖరమున ఘోరతపస్సు చేయుచుండెను. దేవేంద్రుడు వాని తపస్సు భంగము సేయుటకు మేనక యను నప్సరసను బంపెను. ఆయ్యచ్చర మచ్చెకంటి నెచ్చెలి పిండుతో వనకేళీలాలస విలాస గతిం దపోవనంబున కేతెంచి పుష్పావచయ వ్యాజమున తన హొయలు బయలు పడగ నమ్మౌని మ్రోల విహరించుచుండెను. అచ్చెలువ వలువ గాలికి దూలి యామె మర్మాంగములు విశ్వామిత్రుని కంటబడెను. వెంటనే యాతడు మోహాంగతుడై యామె వెంటబడెను. మేనక చేతోజాత సుఖోపభోగంబుల నాతవి బ్రీతుంజేసి యొక కూతుంగని దానిని మాలినీ పులినతలంబున బెట్టి దేవలోకమున కరిగెను. విశ్వామిత్రుడు తపోవనమున కరిగెను. అప్పసి కందును క్రూర మృగములు భక్షింపకుండ శకుంత సంతతులు రెక్కలుగప్పి రక్షించుచుండెను. కణ్వమహాముని కుసుమ ఫలాహరణార్థ మచ్చటికివచ్చి యా శిశువు నెత్తుకొని చని శకుంత రక్షిత యగుటచే దానికి శకుంతల యని పేరిడి గారవమున బెంచుచుండెను.

ఒకనాడు దుష్యంత మహారాజు వేటకువచ్చి కణ్వాశ్రమమునను్న కోమల నీల కుంతలయగు శకుంతలను జూచి మదన మార్గణ విదళిత హృదయుడయ్యెను. ముని కన్యయందు తనకు మోహమేల యంకురించెనో యని సంకోచించి యాతడామె జన్మవృత్తాంతము నడిగెను. ఆమె తన యాభిజాత్య సంపద నెరిగించెను. దుష్యంతుడామె మాట లాలించి లాలించి యామె కొడుకునకు పట్టము గట్టుదునని బాసచేసి యాసగొలిపి యామెను గాంధర్వ వివాహమునకు పురిగొల్పెను. ఆమె మెత్త బడినది. దుష్యంతుడామెతో నభిమత సుఖముల ననుభవించి యామెను దోడ్కొని వచ్చుటకు తన పరివారమును బంపుదునని యామెకు నచ్చజెప్పి తన పురమున కరిగెను. కణ్వుడువచ్చి దివ్యజ్ఞానమున నంతయు నెరింగి గాంధర్వ వివాహము

క్షత్రియోచితమే యని గర్భవతియగు కూతునాశీర్వదించెను. శకుంతలకు సకల సద్గుణ సంభరితుడగు భరతుడుదయించెను. అతడు శైశవమున వనములోని సర్వ సత్త్వములను దమియించుటచే సర్వదమనుడని పేరొందెను.

ఒకనాడు కణ్వుడు తన శిష్యులను తోడిచ్చి పుత్రవతియైన శకుంతలను భర్తకడకు బంపెను. శకుంతల దుష్యంతుని కొలువున కేతెంచి యతనికి పూర్వవృత్తాంతము జ్ఞప్తిచేసి కొడుకును యువరాజు చేయుమని కోరెను. దుష్యంతు డంతయు నెరింగియు నెరుంగనివాడ పోలె నిండు కొలువులో నామెను తానెరుగను పొమ్మనెను. ఆమె విన్నవోయి ఖిన్న స్వాంతయై యెన్నో తెఱగుల విన్నవించినది. ఆమె మొఱలన్నియు వ్యర్థమైనవి. ఇక దైవమే శరణ్యమని యామె దైన్యముతో మరలి పోవ నున్న సమయములో నక్కుమారుడు దుష్యంత పుత్రుడేయని యాకాశవాణి పలికెను. సభాసదులు విస్మయమొందిరి. దుష్యంతుడు లోకాపవాదభీతి దొలగి ప్రీతితో శకుంతలను పరిగ్రహించి భరతునకు యౌవరాజ్య పట్టాభిషేకము చేసెను

వ్యాఖ్య :-

విశ్వమునకు మిత్రుడు – అమిత్రుడు నగువాడు విశ్వామిత్రుడు. విశ్వ + మిత్రుడు; విశ్వ + అమిత్రుడు=విశ్వామిత్రుడు. మితి నుండి రక్షించువాడు మిత్రుడు. "మితం త్రాయతీతి మిత్రః" అని నిరుక్తి. సూర్యుని మిత్రుడందురు. అతడు జగత్తున కాత్మ. "సూర్య ఆత్మా జగత స్తస్థుషశ్చ" (యజుః). ఆత్మ తత్త్వము మితినుండి రక్షించును గనుక మిత్రము. ఆత్మను సంవరణము గావించు శరీరతత్త్వము వారుణము గనుక నమిత్రము. వైదిక పరిభాషలో వరుణుని శత్రువందురు. ఒకే సూర్యుడు తన మిత్రరూపమున నాత్మయు, నమిత్రమగు వరుణ రూపమున శరీరమునై

యున్నాడు. ఇవి సూర్యునందలి మిత్రామిత్ర భావములు. సూర్యునందలి ఆయుఃప్రాణమే ప్రాణులకు విశ్వమునకు మిత్రమగుటచే దీనిని విశ్వామిత్రమందురు. ఏ ఋషి సూర్యోపాసనచేసి యీ ప్రాణమును సాక్షాత్కరింపజేసికొనెనో అతడు విశ్వామిత్రుడని పేరొందెను. ఇతడు గాయత్రీ మంత్ర ద్రష్ట. గాయత్రీ మంత్ర దేవత సూర్యుడు. క్షత్ర సూర్యునిబట్టి విశ్వామిత్రుడు రాజర్షియయ్యెను.

ఒకనాడు విశ్వామిత్రుడు వేటకేగి వసిష్ఠాశ్రమమున విష్ట మృష్టాన్నములు గురియుచున్న నందినీ హోమధేనువును బలిమిని గొని పోవ నుంకించెను. అది యంగ విక్షేపమున నంగార వృష్టి గురియుచు శృంగముల గ్రుమ్మి రాజసైన్యమును దైన్యము నొందించెను. బ్రహ్మ బలము క్షాత్రబలముకంటె గొప్పదని గ్రహించి విశ్వామిత్రుడు బ్రహ్మర్షిత్వము నొందుటకు తపస్సు చేసెను. ఇంద్రుడు దానిని చెఱచుటకు మేనక నంపెను. ఆమె యప్సరస. "అద్భ్యః సరంతీతి అప్సరసః" సూర్యునందలి ఆయుఃప్రాణమునకు మితిని గల్పించు నప్సరోప్రాణమును మ + ఇన + క = మేనక యందురు. ఆపోవరణము వలన సౌరాగ్ని తాపముపశమించును. కావున మేనక వలన విశ్వామిత్రుని తపస్సు భంగమైనది. ద్యులోకమునందలి అగ్న్యాపస్సుల రాసాయనిక సంయోగము వలన జీవ ప్రకృతి వెలయును. దీనిని గతిమంతముచేయు శక్తిని "గంతుంశక్నోతీతి" అను వ్యుత్పత్తింబట్టి శకుంత మందురు. శకుంత రక్షితయైన జీవప్రకృతియే శకుంతల. "అణుకూటో ద్రవ్యః" అన్నట్లు జీవపిండము అణువుల కూటమి. అణువులను కణములందురు. " లవ - లేశ-కణాఽణవః '' అని కోశము. జీవపిండము కణములచే వృద్ధిపొందును గావున శకుంతల కణ్వాశ్రమమున పెరిగినది.

"దుష్" ధాతువు నంతము జేసినవాడు దుష్యంతుడు. ఇతడాదిత్య తేజుడు. సౌరరశ్మికి దోషమును తొలగించు శక్తిగలదు కావుననే బూజు పట్టిన పదార్థముల నెండబెట్టుదురు. తేజము సామరూపము. పృథివియొక్క యంతిమ సామము సూర్యరథమును దాటియుండును గనుక దీనిని రథంతర యందురు. రథంతరీ సూనుడు దుష్యంతుడు. ఆదిత్యతేజము విరళాతి సూక్ష్మావయవత్వముచే జీవకణములయందను ప్రవేశముచేసి ప్రకృతి సంయోగము నొందును. దుష్యంతుడట్లే కణ్వాశ్రమము సొచ్చి శకుంతలా సంగమము నిచ్ఛగించినాడు. వివాహ బంధము పూర్వగంధానుబంధము. ఎవరెవరి కర్మానుసారము వారి వారి సంస్కార గంధమేర్పడును. ఇది స్వయంకృత రహస్య విధికి జెందినది. శకుంతలాదుష్యంతుల గాంధర్వ వివాహమిట్లు జరిగినదే.

ఆదిత్య తేజము పిండ హృదయమున ప్రవేశించినపుడు వాయుఘర్షణము వలన వైశ్వానరాగ్ని పుట్టును. ఇది యన్నమును భరించును గనుక దీనిని భరతుడందురు. "హవ్యం భరతీతి భరతః" అని నిర్వచనము. వైశ్వానరాగ్ని యన్న జనిత వికారములగు భూత ధాతువుల నెల్ల నియంత్రించును. బాల భరతుడు వనమునందలి సర్వ సత్త్వములను దమియించుట దీని కుపలక్షణము. అగ్నిదమునసుడు కనుక భరతుడు సర్వదమనుడని పేరొందెను.

సంయోగ వియోగాది ద్వంద్వములు ప్రకృతి సిద్ధములు. ఇవి యొకదానికొకటి కారణములు. శకుంతలా దుష్యంతుల కట్లే సంయోగానంతరము వియోగము కలిగినది. లోకాపవాదమునకు వెఱచియో, పూర్వ వృత్తాంతమును మఱచియో, దుష్యంతుడౌదాసీన్యము వహించెను. కణ్వుడది గ్రహించెను. సంచర మార్గమున పురుషుడు ప్రకృతిని బొందుట ప్రథమ సమాగమము. ఇది కణ్వాశ్రమమున జరిగినది. ప్రతిసంచర మార్గమున

ప్రకృతి పురుషుని బొందుట పునస్సమాగమము దీనికి స్థానము ప్రతిష్ఠానము ప్రతిష్ఠా స్థానమే ప్రతిష్ఠానము. ఇది దుష్యంతపురము. ప్రతిష్ఠా స్థానము నందు జరుగు పునస్సమాగమము అణు పరిణామము వలన జరుగును గావున దీనికి కణ్వుడు సంధాత యయ్యెను.

శకుంతల కొడుకుం దోడ్కొని దుష్యంతుని కొలువునకేగి, యాతని వైమనస్యము జూచి బమ్మెరవోయి తన పూర్వ వృత్తాంతము గుర్తు చేసినది. ఆతడంతయు నెఱింగియు నెఱుంగనివాడ పోలె నిన్ను నేనెఱుగను పొమ్మనెను. దుష్యంతుడు ధూర్తవర్తనుడని విమర్శకులు వాని దోషములను దుయ్యబట్టిరి. కణ్వుడు వచ్చు వరకైన వేచియుండక శకుంతలకు నురులు మరులు గల్పించి యాయెను రహస్య వివాహమాడుటమొదటి తప్పు. అక్కరదీరిన పిదప టక్కరి మాటలు జెప్పి యాయెను నమ్మించి పోయి యేండ్ల తరబడి మిన్నకుండుట మరింత తప్పు. ఎట్టకేలకు శకుంతల తనకు తానై కొడుకును వెంట నిడుకొని రాగా నిండు కొలువులో నిన్ను నే నెరుగను పొమ్మనుట యన్నిటికంటె పెద్ద తప్పు. ఇందులో నధర్మ దోషమే గాక యసత్య దోషము కూడ నున్నదని వారి యభిశంసనము. కాళిదాసు నంతటి మహాకవికూడ దుష్యంతుని దోషిగా భావించుట వలననే తన నాటకీకరణమున దుష్యంతుని శీలరక్షణమునకు దుర్వాస శాపమును నంగుళీయక వృత్తాంతమును గల్పించినాడు. మూలమును మార్చుటవలన కవితా సౌందర్యము మాట యెట్లున్నను వాస్తవిక వస్తుతత్త్వము మాత్రము కొరవడుట తథ్యము. అందును ఋషి ప్రోక్తములమాట చెప్పనక్కరయేలేదు. వస్తురూపము వేరు; వాస్తవికత వేరు. ఆర్షదృష్టి కవితాదృష్టికంటె సూక్ష్మమైనది. తత్త్వభావము ప్రసన్నమైనగాని గ్రంథగ్రంథుల రహస్యము వెల్లడికాదు.

దుష్యంతుడు దోషియా? పరిశీలింతము. దుష్యంతు డనగా దోషము లేనివాడని శబ్దమే దాని యర్థమును జెప్పుచున్నది. పూర్వ నామములు సార్థకములే కాని నేటివానివలె నిరర్థకములు కావు. మఱి యిన్ని దోషము లతనిలో నెట్లుండును? ఇతనియందు దోషగుణము లేదు కనుకనే "తేజసా భాస్కరోపమః" అని వర్ణింపబడినాడు. అతని రాజ్యపాలన మెంత ధర్మ బద్ధముగనున్నదో చూడుడు.

> క॥ " అతని రాజ్యంబున ను
> ర్వీతలము ప్రజాసమృద్ధి వెలసి రుజాశో
> కాతంక క్షయ శంకా
> పేతంబై ధర్మ చరితఁ బెరుఁగుచు నుండెన్ "

దుష్యంతుడు దుశ్చరితుడగుచో నతని పాలనములో నిట్టి సల్లక్షణము లుండవు. "యథారాజా తథాప్రజా" అని కదా సూక్తి? దుష్యంతుడు దోష రహితుడు కావుననే తనకు శకుంతలపై మోహము కలిగినపుడు " ఇది ముని కన్యయేని మఱి యేలొకో యీ లలితాంగి యందు నా హృదయము దద్దయుం దవిలె విప్రులు కింతయు నమ్మనేర" నని యాత్మబుద్ధి ప్రమాణముతో వివేచించినాడు. ఇది యాతని శీలమునకు గీటురాయి. " సతాంహి సందేహ పదేషు వస్తుషు ప్రమాణ మంతఃకరణ ప్రవృత్తయః " అను నభియుక్తి హృదయాభ్యనుజ్ఞాతులగు ధీమంతులకే కాని సామాన్యులకు వర్తింపదు. ''ఆత్మబుద్ధి సుఖంచైవ'' – "స్వస్యచ ప్రియ మాత్మనః" అను వాక్యము లందలి ఆత్మ శబ్దము గుర్తింపదగినది. ఇందు ఆత్మచే ప్రబోధింపబడిన బుద్ధియే యభిప్రేతముకాని తన బుద్ధికి తోచినట్లని యర్థముకాదు. అట్లు కానిచో నందరు నడ్డమైన చెడ్డపనులకు నీ వాక్యము నడ్డము వేసికొని విశృంఖల విహార మొనర్చుట కవకాశముండును.

శకుంతలా జన్మవృత్తాంతమువలన దుష్యంతుడకలంక మనస్సంకల్పుడని ధృవపడినది. అతడనుమాన నివృత్తి చేసికొనిన పిదపనే యనురాగ పరివృత్తుడగుట యాతని నిర్దుష్ట ప్రవర్తనకు నిదర్శనము.

దుష్యంతుడు గాంధర్వ వివాహ స్వరూపమును శకుంతల కిట్లు చెప్పినాడు.

గీ॥ తనకు మఱి తాన చుట్టంబు తాన తనకు
గలియుఁ దన్నిచ్చుచోఁ దాన కర్త యనఁగ
వనజనేత్ర గాంధర్వ వివాహమతి ర
హస్యమును నమంత్రకమును నగుచునొప్పు"

క్షత్రవీర్యము కర్మ ప్రధానమైనది. కర్మాచరణము వలన సంస్కార గంధమేర్పడును. గంధ సంబంధమైనది గాంధర్వము. ఇది వాయు సూత్రమునకు జెందినది. గంధ సంపర్కముగల వాయు సూత్రము క్షేత్ర లక్షణము గలది కావున గాంధర్వ వివాహము క్షత్రియోచితమని శాస్త్రకారులు నిర్ణయించిరి. దుష్యంతుడు క్షత్రియుడు కనుక శకుంతలను గాంధర్వ వివాహమాడినాడు. సంస్కారగంధము కంటి కగపడదు కావున దీనిని కణ్వమహాముని దివ్య జ్ఞానమున నెరింగి శకుంతలా దుష్యంతుల గాంధర్వ వివాహము విధి చోదితమని యభినందించినాడు. ఇందు దుష్యంతునిపై నిందారోపణకు సందులేదు. " ధర్మాత్మాచ మహాత్మాచ దుష్యంతః పురుషోత్తమః" అనియతనిని కణ్వుడే ప్రశంసించినాడు. ఇది దివ్యజ్ఞానముతో చూచి చెప్పిన మాట కాని, మాట వరుసకు జెప్పినమాట కాదు.

శకుంతల తనచేసిన పనిని మునివరుడెరింగి యలిగెడునోయని భయపడినది. కణ్వుడంత వృత్తాంతము నెరింగి యామె గర్భమందున్నవాడు

మహాచక్రవర్తియగునని చెప్పి యామెను విశుద్ధ్యర్థము స్పృశించెను. ఆమె పరమహర్ష మొందెను.

"ఇత్యేవ ముక్త్వాధర్మాత్మా తాం విశుద్ధ్యర్థ మస్పృశత్
స్పృష్టమాత్రే శరీరేతు పరంహర్ష మవాపసా"

ఇది గర్భ సంస్కారమున కుద్దిష్టమైన స్పర్శము. ప్రాకృతికములగు కొన్ని దోషములు గర్భస్థ జీవునికి ప్రాపించును. ఈ యజ్ఞాత దోషశుద్ధికి కణ్వుడు శకుంతలను స్పృశించినాడు. దీనిని శోధక సంస్కారమందురు. గాంధర్వ వివాహము వలన శకుంతల గర్భవతియైనది. ఇది గంధ వహమగు వాయు సూత్రమునకు జెందినది. వాయుగుణము స్పర్శ. కావున కణ్వుడు శకుంతలను స్పృశించి గర్భ సంస్కారముచేయుట సముచితము. ఇది బాహ్య దృష్టికి పరమైనది కనుక నామె పరమహర్ష మొందినది.

ప్రతి సంచరమునందు ప్రకృతియే పురుషుని బొందవలసియున్నది. అందుచే దుష్యంతు డౌదాసీన్యము వహించినాడు. శకుంతల కొడుకుం దోడ్కొని దుష్యంతుని కొలువున కేగి—

"బాలార్క తేజుఁడగు నీ
బాలుఁడు నీ కొడుకు వీనిఁ బౌరవకుల ర
త్నాలంకారు నుదారగు
ణాలయు యువరాజుఁ జేయు మభిషేకమునన్".

అని మును ముందుగ గోరినది. ఆమె మాటలలో పత్నిత్వము కంటె మాతృత్వమే ప్రధానముగ ధ్వనించు చున్నది. దుష్యంతుడంతయు నెఱింగియు నెఱుఁగని వాడ వోలె విన్ను నేనెఱుగను బొమ్మనెను.

"శ్లో॥ అథ శ్రుత్వాతు తద్వాక్యం తస్యారాజా స్మరన్నపి
అబ్రవన్న స్మరామీతి త్వయా భద్రే సమాగమమ్".

దుష్యంతుని పలుకులు జటిలమైనవి కాని కుటిలమైనవికావు. ఇందు ఎఱిగిన భాగమొకటియు - ఎఱుగని భాగమొకటియు గలవు. భర్తకు పత్నీ సమాగమ మంతయు నెఱిగిన భాగమే యగును గాని పుత్రోదయ మెఱుగని భాగమే యగును. కావున దుష్యంతుడంతయు నెఱింగియు నెఱుంగని వాడపోలె మాట్లాడుట న్యాయ సంగతమే. ఇక నాతడు శకుంతలనే యెఱుగననుటకు కారణమామె పుత్రవతియై వచ్చుటయే. తానెఱుగని యామె మాతృత్వమునకు ఉపాదాన కారణమైన పత్నీత్వమును మాత్రమాత డెట్లంగీకరింపగలడు? కావున నిన్ను నేనెఱుగ ననుటలో మాతృమూర్తిగా నిన్నెఱుగ ననియే భావము, అతడే దీనిని బాహాటముగా నామె కిట్లు వెల్లడించినాడు.

"పొడవునఁ బ్రాయంబునఁ గడుఁ
గడిఁది బలంబునను జూడఁగా నసదృశు ని
కొడుకని యీతని నెంతయు
నెడమడుగుగఁ జూపఁదెత్తె యిందఱునగఁగాన్"

ఈ మాటలంబట్టి దుష్యంతుడామె మాతృత్వము నుద్దేశించియే యామె పత్నీత్వమును నిరాకరించినాడనుట నిర్వివాదము.

శకుంతల పురుష ప్రవృత్తిని గూర్చి యిట్లు హెచ్చరించినది.

చ॥ "విమలయశోనిధీ పురుషవృత్త మెఱుంగుచునుండుఁజూవె వే
దములును బంచభూతములు ధర్మువుసంధ్యలు నంతరాత్మయున్
యముఁడును జంద్రసూర్యులు నహంబును రాత్రియునన్మహాపదా
ర్థము లివి యుండఁగా నరుఁడు దక్కొఁన నేర్చునె తన్ను బ్రముచ్చిలన్"

ఇవి యన్నియు నరుని స్వరూప సంపాదక ద్రవ్యములే కనుక నతని రహస్యమంతయు వీనికి బట్టబయలగును. నరుడు దీనిని గుర్తింపక వర్తించుట యాత్మ వంచనమే.

"అంగా దంగాత్సంభవసి" యను వేద వచనానుసారము భర్తయే భార్యయందు పుత్రుడై పుట్టుచున్నాడు. దీనిని ఋజువు చేయుటకే శకుంతల దుష్యంతునితో "విపరీత ప్రతిభాష లేమిటికి సుర్వీనాథ యీ పుత్త్రి గాత్ర పరిష్వంగ సుఖంబు పేకొను" మని చెప్పినది. ఇది అథర్వా సూత్రమునకు జెందిన యద్భుత విషయము. తననుండి వెలువడిన ప్రవర్గ్య సృష్టియందు వాయు రూపమున నంతర్హితముగ నవశేషించి యుండు స్వాంశమును "అథ అర్వాక్ విశ్యతే" అను నిర్వచనముంబట్టి అథర్వ యందురు ఈ యథర్వా సూత్రమే చాంద్ర శ్రద్ధానాడీ ద్వారమున పితాపుత్రుల సంబంధమునకు కారణమగును. ఘ్రాణమూల వలన స్వకీయ పరకీయ వస్తువులను గుర్తింపగలుగుట యీ యథర్వాత్మక వాయవ్య సూత్రాధారము వలననే. దీనికి ప్రకృతి స్వరూపమేమియు నుండదు కాని సమానాకర్షణ సిద్ధాంత మిందు పనిచేయును.

శకుంతల సత్యసూక్తులు దుష్యంతుని చెవి కెక్కలేదు. "మానిను లసత్యవచన" లని యాత డెదురునింద మోపినాడు. దుష్యంతుడు చిట్ట చివరకు "నపుత్ర మభిజానామి త్వయి జాతం శకుంతలే" - "సర్వమేవ పరోక్షం మే యత్త్వం వదసి తాపసి'' అని తన నిరాకరణ కారణము స్పష్టీకరించినాడు పత్నీ సమాగమ మెఱిగినదైనను, పుత్రోదయ మెఱుగని దగుటచే దానికే సాక్ష్యము కావలసి వచ్చెను. అది దైవమే కాని యన్యు లెఱుగని విషయము. అందువలన శకుంతల తనకింక దైవమే కాని యొండు శరణము లేదని మరలిపోవ నెంచినది. దుష్యంతునకు సతీసుతుల విషయములో సంకటావస్థ యేర్పడినది. ఆ సందిగ్ధసమయములో నాకాశ

వాణి "గానకాని వీఁడు నీకును శకుంతలకుం బ్రియనందనుండు సేకావి భరియింపు మీతని శకుంతల సత్యము వల్కె" నని సత్యము నిరూపించి "సత్యవాణీ సరస్వతీ" అనిపించుకొన్నది. ఇంతటితో నీ జటిలసమస్య పరిష్కారమైనది. దుష్యంతుడు శకుంతలను స్వీకరించి భరతునకు పట్టము గట్టినాడు.

జీవత్వమును బొందిన యాత్మకు పూర్వస్మృతి యుండదు. కావున అభిజ్ఞాన శాకుంతలములో కాళిదాసు దుష్యంతునకు దుర్వాస శాపము వలన విస్మృతియు, అంగుళీయక వృత్తాంతము వలన స్మృతియు గల్పించుట యాతని తత్త్వజ్ఞతకు తార్కాణమని సమర్థింపవచ్చును.

17. భీష్మ జననము

కురువంశ ప్రదీపుడగు ప్రతీపునకు శంతనుడుదయించెను. సంప్రాప్త యౌవనుడైన శంతను డొకనాడు వేటకేగి గంగాపులినతలంబున మానవాంగనా రూపమున చెంగలించుచున్న శృంగార రస తరంగి తాంతరంగ యగు గంగ మనోహరాంగ దీప్తులంగని యంగజాయత్త చిత్తుడయ్యెను. గంగాదేవియు శంతనుని యౌవన సౌందర్యమును జూచి యుప్పొంగి, వానికి తనయందు గలిగిన గాఢానురాగమెరింగి, తానెద్ది చేసిన నాతడు వారింపకుండుచో వానికి భార్యయగుట కంగీకరించెను. అతడు సమయానుకూలముగ సమయము చేసి యామెను పరిగ్రహించెను.

గంగాదేవి వరుసగ నేడుగురు కొడుకులంగని వారి నొక్కొక్కరిని పుట్టిన వెంటనే గంగలో బడవేసెను. శంతను డామె పొంతనము చెడునని యామె నేమియు ననలేదు. పిమ్మట శంతనునకు గంగాగర్భమున దేవవ్రతుడుదయించెను. అష్టమ పుత్రుని నష్టపోవ నిష్టపడక శంతనుడామె నికృష్ట చేష్టను నివారించెను. అతడు సమయభంగమొనర్చె గావున గంగ తన సాంగత్య మంతటితో సరియని, వసిష్ఠుని శాపము వలన వసుమతికి వచ్చి తనయందు పుట్టిన శిశువులు వసువులనిచెప్పి, త్రిభువన పావని యగు గంగ తన నిజస్వరూపము జూపి, యష్టమ వసువగు ప్రభాను వంశమున బుట్టిన దేవవ్రతుని తాను పెంచెదనని తోడ్కొని పోయెను. శంతనుడు చింతా క్రాంతుడై హస్తినాపురమునకరిగెను.

గాంగేయుడు వేదవేదాంగాది సకల శాస్త్ర పారంగతు డయ్యెను. అతడొకనాడు గంగానదీ తీరమున ధనుర్విద్యాభ్యాసము నేయుచు బాణములతో సేతువు నిర్మించెను. శంతనుడు వినోద విహారార్థ మచ్చటికి విచ్చేసి యా సేతువుని జూచి విస్మయోపేతుడయ్యెను. గంగాదేవి సకల శస్త్రాస్త్ర విద్యానవద్యుడైన సుతుని శంతను నొద్దకు గొనివచ్చి వీడు నీ తనయుడని చెప్పి

యప్పగించెను. శంతనుడు సంతోషముతో గాంగేయుని గొపిపోయి యువ రాజును గావించెను.

ఒకనాడు శంతనుడు యమునాతీరమున మృగయా విహారము సలుపుచు నదిలో నోడ గడపుచున్న యోజనగంధిని జూచి కామించి యామె తండ్రియగు దాశరాజుకడకు జని తన మనోరథము నెరిగించెను. దాశరాజు తనకూతునకు బుట్టిన కొడుకును రాజుచేయుచో తన కన్య నిత్తుననెను. శంతనుడు యువరాజగు గాంగేయుని ద్రోసిపుచ్చి యట్లు చేయనోపక విఫల మనోరథుడై తిరిగి వచ్చెను. గాంగేయుడు మనోరుజాగ్రస్తుడైన తండ్రి చిత్తమున హత్తుకొనియున్న యోజన గంధిని తన తల్లిగా చేసికొనుటకు దాశరాజు నొద్దకేగి రాజ్యపరిత్యాగమును బ్రహ్మచర్యవ్రతమును పాటింతునని శపథము చేసెను. దేవతలు దేవవ్రతుని భీషణ ప్రతిజ్ఞకు మెచ్చి భీష్ముడని శ్లాఘించిరి. దాశరాజు సంతసిల్లి శంతనునకు సత్యవతినిచ్చి వివాహము చేసెను. శంతనుడు భీష్ముని సత్యవ్రతమునకు మెచ్చి వానికి స్వచ్ఛంద మరణము వరముగా నిచ్చెను.

వ్యాఖ్య.- శం=సుఖమైన; తనువు=శరీరము కలవాడు=శంతనుడు శరీర మాపోనిర్మితము. " ఆప ఏవ ససర్జాదౌ తాసుబీజమవాసృజత్" (మను). వాయు వ్యాపారము వలన స్వయంభూ వాగగ్నినుండి ఆపస్సు ఉత్పన్నమగును. సూర్యునకు పైనున్న ఆపోమండలమును పరమేష్ఠి యందురు. ఇది విష్ణు పదము. గంగ యిచ్చట పుట్టుచున్నది. "గం-గచ్ఛ" అను ధాత్వర్థమునుబట్టి గచ్ఛతిభావ యుక్తమగు ప్రవాహజలమును గంగ యందురు. "హరి చరణాత్ గాంభూమింగతా గంగా" అని కోశనిరుక్తి. ఇది పరమేష్ఠి నాబడు విష్ణుపదమునుండి పుట్టుటచే దీనిని 'విష్ణుపది' యందురు. పరమేష్ఠి మండలమునందలి యంభస్సు నభస్సునందలి సూర్య

మండలమును భేదించుకొని గంగా రూపమున చంద్రమండలము ద్వారా భూ మండలమున కవతరించుచున్నది. ఇందలి పవిత్ర సోమము "ఆక్సిజన్" అనబడు పవమాన భార్గవ వాయువుతో గూడియుండును. ఇది దూషిత పరమాణువులను నాశమొనర్చు శక్తిగలది. కావున దీనిని త్రిభువన పావని యని కొనియాడుదురు. ఈ పవిత్రాంభస్సులను త్రాగినచో బుద్ధి వృద్ధినొందును. పరమేష్ఠినుండి భూమిపై నవతరించిన గంగ పార్థివ శరీర రూపము నొందును. గంగా శంతనుల సంగమ రహస్యమిదియే. పంచాగ్ని విద్యయందలి "ఇతితు పంచమ్యాహుతావాపః పురుష వచసోభవన్తీతి" యను శ్రుతి సిద్ధాంతము ననుసరించి యాపస్సుల పంచమ్యాహుతియందు పురుషుడుత్పన్నమగుచున్నాడు. ఎట్లన:— 1. ఆదిత్యాగ్నిలో శ్రద్ధాహుతిచే సోమము 2. పర్జన్యాగ్నిలో సోమాహుతిచే వర్షము 3. పార్థివాగ్నిలో వర్షాహుతిచే అన్నము 4. పురుషుని జఠరాగ్నిలో అన్నాహుతిచే రేతస్సు. 5. యోషిదగ్నిలో రేతోహుతిచే గర్భమును గలుగుచున్నవి. ఈ యాపోమయ సృష్టియందు పురుషుడు గాంగేయుడనబడును. ఇతడష్టమ వసువగు ప్రభాసు వంశమున జన్మించినాడు. పార్థివాగ్నికి సంబంధించిన యష్ట వసువులు దేవతాకోటికి జెందినవారు కనుక నితడు దేవవ్రతుడని పేరొందెను. వరుణుడాదిగా సప్తవసువులు నంతరిక్షాపస్సులలో నంతర్భూతులగుదురు. కావున గంగ తన యేడుగురు కొడుకులను నీటిలో బడవేసినది. వాసవాగ్నులలో కడపటిది పార్థివ శరీర రూపమున భాసించును గనుక దీనిని ప్రభాసు డందురు. ప్రభాసు వంశమున బుట్టిన వసుమూర్తియే దేవవ్రతుడు. పురుషుడాపస్సులవలన నుద్భవించి తనువును ధరించుచున్నాడు. అట్లే దేవవ్రతుడు గంగాగర్భమునబుట్టి శంతనున కొసగబడినాడు. అంభృణీవాక్కువలన శరీర నిర్మాణమగును. వాణమే బాణము. "వబయోరభేదః" గాంగేయుడు నిర్మించిన బాణసేతువిదియే. ఇది జీవ బ్రహ్మల సంధాన హేతువగు సేతువు గనుక శంతనుడు దీని యద్భుత నిర్మాణమును జూచి విస్తుపోయినాడు.

పరమేష్ఠియందలి యంభస్సులనబడు నమృతాపస్సులు గంగా రూపమున పరిణమించును. విష్ణువునకు దీనితో సంబంధము. సూర్యునందలి మరీచులనబడు నాపస్సులు యమునా రూపమున పరిణమించును. కృష్ణునకు దీనితో సంబంధము. పారమేష్ఠ్య గంగాపస్సులే సత్యదేవతయగు సూర్యునిలోనికవతరించి యమునా రూపమునొందును. కావున గంగాదేవిని దేవేరిగా పొందిన శంతనుడు యమునాతీరమున సత్యవతిని జూచి సమ్మోహితుడైనాడు. శంతనుని ప్రయోజనమునకు గాంగేయుడు బ్రహ్మచర్యమును పాటింతునని భీషణ ప్రతిజ్ఞ చేసెను. సుఖమైన శరీరము కలిగియుండుటకు శుక్ర రక్షణ బ్రహ్మచర్య మవసరము. దీనిని పాటించినవాడు శాంతనవుడగును. అట్టి పురుషుడు పురమగు శరీరము నందలి పురులన్నియు బాగుగా నెరుగును. వసుతత్త్వము వస్తుతత్త్వ వేత్తృత్వమునకు మూలము. కావున వసుమూర్తియగు భీష్ముడు వాస్తుపురుషుడయ్యెను "తదేవ శుక్రం - తద్బ్రహ్మ - తదేవామృత ముచ్యతే (కఠ) అని చెప్పబడిన త్రిపాద్బ్రహ్మ సంస్థయందు భీష్ముడు పాటించినది శుక్ర బ్రహ్మచర్యమే కాని బ్రహ్మ బ్రహ్మచర్యమును. అమృత బ్రహ్మచర్యమును కాదు. శుక్ర బ్రహ్మచర్యము వలన ఆత్మయొక్క ఛందస్సులు (Coverings) తెలియును గావున భీష్ముడు స్వచ్ఛందమరణము వరముగా నొందెను.

18. ధృతరాష్ట్ర - పాండు రాజుల జననము

శంతనుడు సత్యవతియందు చిత్రాంగద - విచిత్ర వీర్యులను నిద్దరు పుత్రులం బడసి దివంగతుడయ్యెను. చిత్రాంగదుడు యుద్ధమునందు గంధర్వులచే నిహతుడయ్యెను. పిమ్మట భీష్ముడు విచిత్రవీర్యుని సింహాసన మెక్కించి యతని వివాహార్థము కాశీరాజ కన్యకలగు అంబ - అంబిక - అంబాలికలను స్వయంవరమునుండి జయించి తెచ్చెను. అంబ తన మనస్సున సాళ్వుని వరించితినని చెప్పగా, భీష్ముడామెను విడిచిపుచ్చి యంబికాంబాలికలను విచిత్రవీర్యునకు వివాహము చేసెను. అత్యతిశయ రూప యౌవన విలాసినుల యందతివ్యవాయ లోలుడైన విచిత్రవీర్యు డల్ప కాలముననే క్షయరోగ గ్రస్తుడై మృత్యువాతబడెను.

సంతత ధారావాహికముగా వచ్చుచున్న కురువంశము సంతాన శూన్యమై యంతటితో నొక్కమారుగ సంతరింపనున్న ఘోరవిపత్తునకు రాజమాతయగు సత్యవతి మిగుల బెగిలి భీష్మునితో మంతనము సలిపెను. ఆమె యతనిని రాజ్యము చేకొని సంతతి బడయుమని కోరెను. భీష్ముడు తన ప్రతిజ్ఞను విడువనని చెప్పి వంశోద్ధరణము గావించు ధర్మమార్గము నెరిగించెను. తదను మతమున సత్యవతి వ్యాసుని స్మరించెను. స్మరణ మాత్రమున వ్యాసుడరుదెంచి తల్లిని పనియేమి యని యడిగెను. ఆమె యాతనికి జరిగిన పనియు, జరుగవలసిన పనియు దెలిపెను. మాత్రాజ్ఞచే ఆపద్ధర్మము నుద్దేశించి వ్యాసుడు దేవర న్యాయమున విచిత్రవీర్యుని భార్యలందు సంతతి కలిగించుట కియ్యకొని వారొక సంవత్సర వ్రతము చేయవలెనని చెప్పెను. సత్యవతి కాలయాపనకు వీలులేదని, వానిని వెంటనే పుత్రోత్పత్తి చేయుమని నియోగించెను. అట్లయిన వారు నా విరూపత్వము సహింపవలెనని వ్యాసుడు చెప్పిచనెను.

సత్యవతి తన పెద్దకోడలైన యంబికను ప్రోత్సహించి వ్యాసు నొద్దకు బంపెను. తపోయోగమున భీకరాకారముతోనున్న వ్యాస శరీరమును జూచి యంబిక భయముతో కన్నులు మూసికొనెను. ఏతత్ఫలితముగా నామెకు జాత్యంధుడగు ధృతరాష్ట్రుడు పుట్టెను. గ్రుడ్డివాడు రాజ్యార్హుడు కాడు కనుక మాతృ నియోగమున వ్యాసుడు మరల నంబాలికయందు పుత్రోత్పత్తి గావించుటకు ప్రవృత్తుడయ్యెను. ఆమె యాతని వికృత రూపము జూచి తెల్లబోయెను. తత్ఫలముగ నామెకు పాండురోగగ్రస్తుడగు పాండుడు పుట్టెను. సత్యవతి విచారించి మరల నంబికను ప్రోత్సహించెను. ఆమె వాని వేసము రోసి తన దాసి నలంకరించి పంపెను. ఆ దాసి చేసిన యిష్టోప భోగములకు సంతుష్టుడై వ్యాసుడామెకు వరప్రదానము గావించెను. ఆమెకు సర్వధర్మ విదుడగు విదురుడు పుట్టెను. భీష్ముడు ధృతరాష్ట్రుని రాజ్యాభిషిక్తునిజేసి వానికి యుక్తవయస్సున గాంధార రాజగు సుబలుని కూతురు గాంధారిని వివాహము చేసెను. ఆమె నేత్రపట్టము గట్టికొని అంధపతి ననుసరించెను.

వ్యాఖ్య :- చిత్ర విచిత్రమైన సృష్టి చంద్రమండలములోని గంధర్వ కోటికి సంబంధించినది. చిత్రాంగద విచిత్ర వీర్యులీకోవకు జెందిన వారే "గంధం అర్వతీతి గంధర్వః" అను నిర్వచనానుసారము గంధర్వప్రాణము వాసనా భరితమైనది. ఇది చిత్రమైన శరీరము నొసంగునది కావున దీనిని చిత్ర + అంగ + ద = చిత్రాంగదుడందురు. శంతను సూనుడగు చిత్రాంగదుడు చిత్రాంగదుడను గంధర్వపతి చేతనే నిహతుడైనాడు. ఇందు తన చావునకు తానే కారణమను భావము స్ఫురించుచున్నది.

విచిత్ర సృష్టి కుపాదానమగు వీర్యముగలవాడు విచిత్ర వీర్యుడు. వీర్యమనబడు రేతస్సు సంభూతి - వినాశాత్మకమగు చంద్రుని మనో

ధాతువు. వృద్ధి క్షయములు చంద్రుని కళలు. అతి వ్యవాయము క్షయరోగ కారణమని ఆయుర్వేద సిద్ధాంతము. రాజగు చంద్రునియొక్క క్షయరోగ మును రాజయక్ష్మమందురు. విచిత్ర వీర్యుని రాజయక్ష్మము క్షీణ చంద్రుని చిహ్నమే. అతివ్యవాయముచే నతడు క్షీణించి మృతి నొందినాడు.

విశ్వ సృష్టిలోని యంతిమ పర్వము గంధర్వ ప్రాణ మండలమగు చంద్రుడు. విచిత్రవీర్యుడీ యంతిమ పర్వమునకు జెందినవాడు. విచిత్ర వీర్యుని మృత్యువుతో బ్రహ్మ సత్యమునకు జెందిన సృష్టిధార ముగిసినది. ఇటనుండి పృథ్వియందలి జీవ సత్యమునకు జెందిన మానవ సృష్టి మలుపు తిరుగవలసి యున్నది. అందుకే సత్యవతీ పరామర్శమున భీష్మునకు నియోగవిధి నాశ్రయింపవలసి వచ్చినది. వ్యాసుడు దేవరన్యాయమున అంబికాంబాలికలయందు పుత్రోత్పత్తి గావించుటలోని బాదరాయణ సంబంధ రహస్యమిదియే. ఇందలి వ్యాస ప్రవృత్తి నధిక్షేపించు వారి రాద్ధాంత సిద్ధాంతములు భ్రాంతి మూలకములు. కులక్షయమగునపుడు దేవర న్యాయ మున నియోగవిధిచే సంతానమునొందుట దోషము కాదని స్మృతి యిట్లు నిరూపించు చున్నది.

> "దేవరాద్వా సపిండాద్వా స్త్రియా సమ్యఙ్నియుక్తయా
> ప్రజేప్సితాధి గంతవ్యా సంతానస్య పరిక్షయే" (మను)

నియోగవిధిలో కామప్రవృత్తికి తావులేదు.

> "ముఖాన్ముఖం పరిహరన్ గాత్రైర్గాత్రాణ్య సంస్పృశన్
> కులే తదవశేషేచ సంతానార్థం న కామతః"

ముఖావలోకనమునకు గాని, శరీర స్పర్శకు గాని యవకాశములేనంత కఠోర నియమముతో గూడినది నియోగవిధి. మంచిచెడ్డల నిర్ణయమునకు

భావము ప్రధానముగాని బాహ్యక్రియ ప్రధానముకాదు. కాంతాలింగన, పుత్రికాలింగనములలోని భావభేదము సువిదితము.

"భావశుద్ధిః పరం శౌచం ప్రమాణం సర్వకర్మసు
అన్యథాఽఽ లింగ్యతే కాంతా భావేన దుహితాఽన్యథా"

(స్కాంద)

వ్యాసుడు వికృత వేషరూప గంధములతో నుండుట గూడ అంబికాంబాలికలకు కామప్రవృత్తి లేకుండ జేయుటకే.

సత్యవతి వంశోద్ధరణకు మొదట భీష్మనే నియోగింప జూచినది. ఆమె యతని కిట్లు చెప్పెను. "తయోరుత్పాదయా పత్యం మన్నియోగాత్-" "రాజ్యే చైవాభిషిచ్యస్వ - దారాంశ్చ కురు ధర్మేణ" నానియోగము వలన సంతానోత్పత్తి గావింపుము - లేదా రాజ్యాభిషిక్తుడవుకమ్ము - లేదా భార్యా పరిగ్రహముచేసి సంతతి బడయుమని సత్యవతి మూడు విధముల చెప్పుటలో కేవల వంశోద్ధరణమే ఆమె ఏకైక లక్ష్యమని స్పష్టమగుచున్నది భీష్ముడు తన బ్రహచర్య ప్రతిజ్ఞ విడువనని భీష్మించిన పిదపనే ఆమె వ్యాసుని స్మరించినది.

వ్యాస ప్రవృత్తి వలన బ్రహ్మకర్మ సముచ్చయ రూపమగు జీవ సృష్టి వితానము చెందును. వ్యాసుని వలన సంబికకు పుట్టిన ధృతరాష్ట్రుడు జీవుడే! ధృత + రాష్ట్రుడు=రాష్ట్రమును (స్థూలశరీరమును) ధరించిన వాడు=జీవుడు. ఇతడు హంసుడను గంధర్వ రాజునంశమున బుట్టినవాడు. హంసు డనగా జీవుడు. శరీర పరిగ్రహదశయందు జీవునకు యోగ మాయా వరణముచే నాత్మజ్ఞానము లోపించును గనుక నితడు పుట్టంధుడు. ''జ్ఞానంబు దృష్టి నరునకు'' (శాంతి 4-298). కావున జ్ఞానము లేనివాడు గ్రుడ్డివాడే

ధృతరాష్ట్రుడు ప్రారంభమున బ్రహ్మయు, అవసానమున జీవుడునై యున్నాడు. ఈశ్వరునకిది యవతరణస్థితి. భారత యుద్ధమువలన నుద్ధరణము జరుగవలసియున్నది. కనుక ధృతరాష్ట్రునితో మానవేతిహాసమగు మన యితిహాస మారంభమగుచున్నది. ధృతరాష్ట్రుని భార్య గాంధారి. గాంధారము (గంధం + అరం) = వాసనలకు పుట్టినిల్లు. వాసనాబలము మిగుల బలవత్తరమైనది కనుక నీమె సుబలుని కూతురు. " పృధ్వీగంధవతీ" అన్నట్లు శబ్ద స్పర్శ రూప రస గంధ వృత్తులన్నియు పృధ్వియందు గలవు. పృధ్వీగంధ ప్రధాన గాంధారి. పతి ననుకరించుటకు స్వయముగా కల్పించుకున్న యీమె గ్రుడ్డితనము కృతకము కాని ప్రాకృతికముకాదు. దీనిని తొలగించుకొనవచ్చును. దీనినిబట్టి జీవుడు అజ్ఞానమును తొలగించుకొని ఆత్మ సాక్షాత్కారము నొందవచ్చునని తెలియనగును. జీవోత్పత్తికి పిమ్మట నుదయించు బుద్ధిని 'పండ' యందురు. ఇదే పాండుడు – పాండురాజు. దీనివలన గలుగు వేతృత్వమే విదురుడు. పదార్థ ధర్మమును దెలియుటయే విదురత. ధర్మనంశమున బుట్టినవాడే విదురుడు ।

19. కర్ణ జననము

తొల్లి యాదవకుల వల్లభుడగు శూరుడు తన పెద్దకూతురగు పృథను కుంతి భోజునకు దత్తతనిచ్చెను. అప్పటికి దుర్వార తేజుడగు దుర్వాస ముని యతిథిగా వచ్చెను. కుంతి వాని నత్యంత శ్రద్ధాభక్తులతో సేవించెను. అతడు ప్రీతుడై యక్కన్నియకు దేవతల నాకర్షింపగల సంతాన మంత్ర ముపదేశించి చనెను.

ఒకనాడు కుంతి దుర్వాసుని మంత్రశక్తి నెరుంగగోరి గంగకేగి పూర్వాద్రిపై శోభిల్లు నుదయభానుని హృదయంగమ మూర్తింగని యుల్లము ప్రఫుల్ల పద్మమువలె నుల్లసిల్ల నీవంటి సుందరాకారుడగు నందనుని ప్రసాదింపుమని మంత్రపూర్వకముగా నారాధించెను. అంబర బింబమునుండి మూర్తిమత్సూర్యుడు కుంతికడ కేతెంచి నీకు మనఃప్రియ మొనర్తునని చెప్పెను. కుంతి భయ విస్మయ భ్రాంతయై తన తప్పును మన్నింపుమని లోకబాంధవుని వేడుకొనెను. సూర్యుడు తన యాగమనము వృథకాదని యామెకు కన్యాత్వము చెడకుండ వరమొసగి గర్భాదానముచేసి గగనమున కరిగెను.

దినదిన ప్రవర్ధమానమగు కుంతి గర్భము దినకరు మహిమచే లోక విదితము గాకుండెను. ఈ రహస్యము దాది కూతురొక్కతె మాత్రమే యెరుగును. కుంతికి పదియవ మాసమున నొకనాటి రేయి కన్యాంతఃపురమున సహజ కవచ కుండలములతో కర్ణుడు జనించెను. కుంతి లోకనిందకు వెఱచి యబ్బాయినొక మందసములోబెట్టి గంగలో విడిచెను. అది చర్మణ్వతికింజని, యమునా గతంబై, భాగీరథింబడి సూత విషయము జేరెను. దానిని ధృతరాష్ట్రి సఖుడైన సూతుడు గొనిపోయి తన భార్యయగు రాధకిచ్చెను. వారు మందసమందలి బాలుంగని యమందానందమొంది సహజ కుండలాలంకృత కర్ణుడగుటచే వానికి కర్ణుడని పేరిడిరి. అతడు వసు

వర్మముతో నుండుటచే వసుషేణుడనిరి. ఇట్లు సూర్యపుత్రుడగు కర్ణుడు సూతపుత్రుడు, రాధేయుడునయ్యెను.

వ్యాఖ్య:- సృష్టికి ప్రాగవస్థయగు త్రైగుణ్యమును "కృతేప్రాక్" అను నిర్వచనానుసారము ప్రకృతి యందురు. ఈ ప్రకృతి యీశ్వరాధీనమై యుండును. ఈశ్వరుని చేతియందుండు త్రిశూలమిదియే. సత్త్వరజస్తమో గుణములు మూడును దీని శూలములు (కోణములు). "త్రిభిర్గుణమయై ర్భావై రేభిః సర్వమిదం జగత్" (గీత). త్రిశూలమనగా కుంతము "కుంతం అస్యాస్తీతి కుంతీ" అను నిర్వచనముంబట్టి త్రిగుణాత్మకమైన ప్రకృతి కుంతి యనబడును. ప్రకృతిని భుక్తము చేసికొన్న వాడు కుంతి భోజుడు. కుంతిభోజుని దత్త పుత్రిక కుంతి. ప్రకృతి సృష్టికి ప్రాగవస్థ కనుక దుర్వాసుడు కుంతికి బాల్యమందే సంతాన మంత్రోపదేశముచేసినాడు.

ప్రకృతి స్వయంభువునందు గర్భస్థితియు, పరమేష్ఠియందు శైశవ స్థితియు, సూర్యునందు కన్యాస్థితియు, పృథ్వియందు యౌవన స్థితియు గలిగి యుండును. ప్రకృతి సూర్యునందు కన్య కావున కుంతి కన్యాత్వములో సూర్యునారాధించినది. భౌతిక సృష్టి సూర్యునితో ప్రారంభమగును. సూర్యునకు పూర్వము ఛందోవిభాగములేదు. సూర్యుని వలననే దిఙ్నిర్ణయ మగును. దిక్కులనుండి శ్రోత్రము వెలయును. "దిశ శ్శ్రోత్రం భూత్వా కర్ణౌ ప్రావిశన్" అని ఐతరేయ శ్రుతి. శ్రోత్రమనగా కర్ణము. కర్ణమనగా కర్ణుడు. వాయువు తిర్యగ్గమనము చేయునది కనుక వాయుకక్షకు జెందిన శ్రోత్రములు శిరమున కిరుప్రక్కల గలవు. శ్రోత్ర విషయమగు శబ్దము సూర్యుని ప్రకాశమే. [Sound is Light]. రవము కలవాడు కనుకనే సూర్యుని రవి యందురు. శబ్దమును గ్రహించునది కర్ణమే కనుక కర్ణుడు సూర్యునంశమున బుట్టినాడు. దిక్సోమ లక్షణమే పదార్థ ధర్మము. ధర్మమే

ఆత్మకు కవచము. కావున కర్ణునకు పుట్టుకతోడనే కవచమున్నది. సూర్యుని వివస్వంత-భాస్వంత భాగములు రెండును మనోబుద్ధులకు మూలములు. కర్ణము గ్రహించు శబ్దమును ప్రకాశింపజేయు మనో బుద్ధులే కర్ణాభరణము లగు కుండలములు. కర్ణునకివి సహజములు.

"అగ్నేరాపః" అన్నట్లు సౌరాగ్ని యాపోరూపమున పరిణతి నొంది శరీరరూపము నొందును. కర్ణుడుంచబడిన మందస మీ శరీరమే. ఇది యాపో వికారము గనుక కుంతి దీనిని గంగలో విడిచినది. " లవణేక్షు సురాసర్పి దధిక్షీర జలార్ణవః "అను నాపో వికారము లేదును శరీరోత్పాదక ద్రవ్యములు. ఇందు లవణ నిర్మితమైన శరీర చర్మము మాత్రమే బహిర్గోచరమగును. తక్కిన యర్ణవములు తదంతర్గతములు. లవణ సంబంధమైన చర్మమునకు చెందినదే లావణ్యము. ఇట్లు చర్మయుతమైన శరీరము ప్రకృతి నియమానుసారము ప్రసూతి విషయమగును, కావున కర్ణుని మందసము చర్మణ్వతికింజని యమునా గతమై సూత విషయమును జేరెను. శూద్రవర్ణ ప్రవర్తకమగు పూషాప్రాణముచే శరీరము పోషింప బడును. కనుక కర్ణుడు సూతునింట పెరుగవలసి వచ్చెను.

కర్ణుని సద్యోగర్భ సంజాతునిగా వర్ణించిన నన్నయ ఆంధ్రీకరణము యథామాతృకముగా లేదు.

20. పాండవ - ధార్తరాష్ట్రుల జననము

పాండురాజు కుంతి భోజుని పుత్రికయగు కుంతిని, మద్ర రాజ పుత్రిక యగు మాద్రిని వివాహమాడి దుర్వార దోర్వీర్య ప్రతాపంబున దిగ్విజయము చేసి యపార ధనరాసులదెచ్చి యనేక సత్కార్యములు గావించెను. అతడొకనాడు మృగయావ్యసనంబున దగిలి మృగరూపములతో క్రీడించుచున్న మునిదంపతుల నేయగా, కిందముడను ముని యందుల కలిగి పాండురాజునకు భార్యాసంగమమైనప్పుడు మృత్యువు ప్రాపించునని శాపమిచ్చి ప్రాణము విడిచెను. పాండురాజు పశ్చాత్తాపము నొంది సతీ ద్వితయముతో శతశృంగ పర్వతమున తపోవృత్తినుండెను.

పాండురాజు "అపుత్రస్య గతిర్నాస్తి" యను వేదవచనమును దలంచి పరమ నిర్వేదనపరుండై కుంతీదేవిని ధర్మమార్గమున సంతానప్రయత్నము చేయుమని నియోగించెను. ఆమె తనకు దుర్వాసుడుపదేశించిన మంత్ర ప్రకారము పతికభీష్టమైన దేవతల నారాధించెను. అమ్మంత్ర ప్రభావమున కుంతీదేవికి ధర్మునంశమున ధర్మరాజు, వాయుదేవు నంశమున భీమసేనుడు, ఇంద్రు నంశమున నర్జునుడు నుదయించిరి. కుంతి మంత్ర మహిమ వలన మాద్రికి అశ్వినుల యంశమున నకుల సహదేవులు పుట్టిరి. ధృతరాష్ట్రునకు గాంధారి యందు దుర్యోధన దుశ్శాసనాదులు నూర్వురు కొడుకులును, దుస్సల యను నొక కూతునను బుట్టిరి. మఱియు ధృతరాష్ట్రునకు వైశ్య యందు యుయుత్సుడు పుట్టెను.

ఒకనాడు పాండురాజు దిగంత శోభాయమానమగు వసంత సమయమున లతాంతాయుధు నిశాంత సమ్మోహనాస్త్రములం దవిలి చెంత నేకాంతముగ నున్న మాద్రిని బలవంతముగ గూడి ఆమాంతముగ మరణించెను. మాద్రి మగనితో సహగమనము చేసెను. మునిగణములు కుంతీదేవిని కుమారులను ఓదార్చి వారిని శతశృంగము నుండి హస్తిపురమునకు

దోదొ్కని వచ్చిరి. ధార్తరాష్ట్రుల దారుణ దుష్కృత్యముల వలన ముందు రాబోవు ముప్పును గూర్చి వ్యాసుడు చెప్పగా, భావికాలోపద్రవము చూడ నోపక సత్యవతి-అంబిక-అంబాలికలు తపోవని కరిగి తనువులు చాలించిరి.

వ్యాఖ్య:— 'పండ' యనగా బుద్ధి. అదే పాండురాజు. " పండతే జానాతి పండితః- పండా ధీరస్య సంజాతా వా పండితః " అని కోశనిరుక్తి. పరా—అపరా ప్రకృతి రూపలగు కుంతీ మాద్రిలు పాండుపత్నులు. వీరితో నతడు మృగయా వినోదమున కరిగినాడు. మృత్యువువందు గమించు శరీరము మృ + గమ్ = మృగమనబడును. బుద్ధి దీవి నన్వేషించును. మృగయ=అన్వేషణము; వేట. పాండురాజు మృగయా వ్యాసంగ మిదియే. మృగరూప శరీర భోగలాలసునకు సృష్టిని గురించి " కిమ్ = ఏమి '' అను ప్రశ్నకు సమాధానము మృగ్యమగును. కావున నతడు కిం + దముడు = కిందముడగును. "సాంధ్యేసృష్టిరాహహి" అనుటంబట్టి సృష్టి రహస్యము సంధియందు గలదు. కనుక పాండురాజు మృగరూపములతోనున్న ముని దంపతులను మిధున కేళీవేళలో కొట్టినాడు. అందుచే నతనికి భార్యాసంగము మైనపుడు మృత్యువు కలుగునని ముని శాపము తగిలినది. ఆత్మయే పతి. దానివలన భరింపబడుటచే శరీరము భార్యయగును. ఆత్మ శరీరమును బొందినపుడు మృత్యువు తప్పదు. పాండురాజు పొందిన మృత్యుశాప మిట్టిదియ.

సృష్టియందు మొదట సూక్ష్మమగు దేవచితియు, పిమ్మట స్థూల మగు భూతచితియు జరుగును. పాండవులు దేవచితికిని, ధార్తరాష్ట్రులు భూతచితికిని చెందినవారు. భర్తృనియోగముచే కుంతీదేవి సంతానార్థము దేవతల నారాధించినది. దేవతల వరప్రసాదమున కుంతికి ధర్మజ భీమార్జునులును, మాద్రికి నకుల సహదేవులును జనించిరి. వీరు పాండవులని

పేరొందిరి. పాండవులనగా బుద్ధిమంతులని యర్థము. ఇందు ప్రథముడు ధర్మరాజు. వస్తు ధృతమై దానిని స్వస్వరూపమున సురక్షితముగ నుంచు నది ధర్మమనబడును. "యోధృతస్సన్ ధారయతే సధర్మః" – "ధారణా ద్ధర్మ మిత్యాహుః" అని దీని నిర్వచనములు. ఆత్మస్వరూప రక్షకమగునది ధర్మము. అటు కానిది అధర్మమే. "యతోభ్యుదయ నిశ్శ్రేయస సిద్ధిః సధర్మః'' అని వైశేషిక నిరుక్తి. ఈ ధర్మమును స్వభావమందురు. అగ్నికి తాపము ధర్మము; వాయువునకు గతి ధర్మము. మనుష్యుడు స్వధర్మమున్ననే మనుష్యుడు. లేనినాడు పశువు. ధర్మమే ధర్మరాజు. ఈ స్వరూపధర్మము ప్రకృతి నియమ బద్ధము కనుక ధర్మరాజు యము నంశమున బుట్టినాడు. "ధర్మో జగతః ప్రతిష్ఠా" ధర్మమే వ్యక్తికి ప్రతిష్ట; లేనినాడు భ్రష్టతయే. సృష్టిలో ధర్మప్రతిష్ఠ మొదటిది కనుక ధర్మరాజు మొదట పుట్టినాడు. స్థిరమైనది ప్రతిష్ఠ. ధర్మస్థిరుడే యుధిష్ఠిరుడు।

భీముడు వాయునందనుడు. "వాయుస్తంత్రధరః" అని వైద్యశాస్త్ర సిద్ధాంతము. అనగా ప్రాణరూప వాయువు శరీరమును ధరించి యుండునని యర్థము. శరీరమందు వాయుబలమే బలము. ప్రాణశక్తిని బలమందురు. కావున జగత్ప్రాణ నందనుడగు భీముడు బలవంతుడు. వాయు ప్రకోపము భయంకరమైనది కనుక నితడు భీ + ఇమ = భీముడని పేరొందెను.

అర్జును డింద్ర నందనుడు. ఇదం = ఈ శరీరమును; ద్ర = నడిపించు శక్తి = ఇదంద్రము. దీని పరోక్ష భాషలో ఇంద్రుడనిరి "ఇదంద్రావయ త్రీతి ఇదంద్రం సంత మింద్ర మిత్యాచక్షతే పరోక్షేణ, పరోక్షప్రియాఇవహి దేవాః ప్రత్యక్ష ద్విషః" అని శ్రుతి నేత్ర శ్రోత్రాదులు ఇంద్రునివి కనుక ఇంద్రియము లనిపించుకొనుచున్నవి. "ఇంద్రస్య ఇయం ఇంద్రియం" ఇంద్రియ సంచాలనము చేయునది ప్రజ్ఞాన మనస్సే కనుక న్యాయమైన

యింద్ర నందను డిదియే. ఐంద్రమగు సత్త్వమనస్సు తెలుపు కనుక నిది అర్జును డనబడెను. మఱి యితనికి కృష్ణియను పేరెట్లు పొసగును? అన్నచో అది శరీర వర్ణమునుబట్టి వచ్చినదని సమాధానము. ఇంద్ర తత్త్వమాత్మకు ప్రతిష్ఠ; ఇది తెలుపు. వరుణతత్త్వము శరీరమునకు ప్రతిష్ఠ; ఇది నలుపు. "యత్ శుక్లం తదైంద్రమ్ – అథయత్ కృష్ణం తదపాం రూపమ్" రెండు విభిన్న తత్త్వములగు ఆత్మ × శరీరములు ఏకబిందు ప్రతిష్ఠితమగుట సృష్టి వైచిత్ర్యము. "అర్జునుడు × కృష్ణి" అను పరస్పర విరుద్ధ నామములు దీని కుపలక్షణముగ నరునియందు సమన్వయించును.

మనస్సు అన్న నిర్మితము. " అన్నమయంహి సోమ్యమనః " - "అన్నమశితం త్రేధా విధీయతే తస్య యః స్థవిష్ఠో ధాతు స్తత్పురీషం భవతి, యో మధ్య మ స్తన్మాంసం, యోఽణిష్ఠ స్తన్మనః" (ఛాందో). అన్నమనగా నోషధి. ఓషధీశ్వరుడు చంద్రుడు. చాంద్ర రసమగు శ్రద్ధ ఆదిత్యాగ్ని యందు హోమమై సోమ రూపాంతరము నొందును. ఆ సోమము పర్జన్యాగ్ని యందు హోమమై వర్షరూపము నొందును. వర్షము పార్థివాగ్నియందాహుతముకాగా ఓషధులు జనించును. ఓషధి రూపాన్నము అధ్యాత్మిక వైశ్వానరాగ్ని యందాహుతముకాగా నందలి మర్త్యభాగము మలముగనై యపానముచే క్రిందికి త్రోసివేయబడును. మధ్యమ పదార్థ మగ్ని పరిపాక వశమున రసాసృఙ్మాంస మేదోఽస్థి మజ్జా శుక్ర ధాతువులుగ మారును. ఇక మిగిలిన సుసూక్ష్మమగు శ్రద్ధామయ విద్యుత్సోమము 'మనస్సు' అను పేరొందును. ఇయ్యది పీఠ్ర వస్తువు (Transparent) కనుక సూర్యజ్యోతి చంద్రు నందువలె బుద్ధి దీనిపై ప్రతిబింబించును. కావున మనస్సు ప్రజ్ఞానాత్మయగును. అన్నము వలన మనస్సు తయారగును కనుక మనఃపవిత్రతకు ఆహారశుద్ధి యవసరము. " ఆహార శుద్ధౌ సత్త్వ శుద్ధిః "

మనస్సే మనుష్యుడు. ధర్మ భీమ + నకుల సహదేవత్వములు నరుని ప్రవృత్తులే. ఆత్మ స్వరూప రక్షణకు మానవుడు స్వధర్మమును పాటించి మొదట ధర్మరాజు కావలెను. పిమ్మట ధర్మాచరణము నందు విఘ్నములు కలుగుచో నతనికి కోపము వచ్చి భీమమూర్తి యగును. అభ్యాసము వలన నతడింద్రియ విజయుడై పరిశుద్ధ మనస్సుగల అర్జునుడగును. అట్టివానికి కులము నందలి వ్యక్తి భేదము పోయి సంఘీభావ మలవడగా నతడు నకులుడగును. అట్లు సమదర్శనుడైన వానికి ఏకత్వ జ్ఞానము సిద్ధింపగా నతడు సహదేవుడగును. "దేవైః సహవర్తత ఇతి సహదేవః" ఇట్లు పాండవ పంచకమొక్క నరునియందే పర్యవసించును.

ధృతరాష్ట్రుని ప్రవృత్తి భావములనేకములు. అవి శత సంఖ్యచే సూచింపబడినవి. "భావోహి భవ కారణం" అన్నట్లు దుర్యోధనాది ప్రవృత్తులన్నియు ధృతరాష్ట్రుని జన్మములే. ఇది జీవుని యేక పాత్రాభినయము. ధార్తరాష్ట్ర శతము నాడీమండలమునకు సంబంధించినది. హృదయము శిరా - ధమనీ నాడులకు మూలకందము. హృదయము నుండి 100 నాడులు క్రిందికి వ్యాపింపగా నొకనాడి యధోగమనమున కవకాశము లేక వెన్నెముక సొరంగమున ప్రవేశించి త్రికము నుండి బ్రహ్మ రంధ్రము వరకు వ్యాపించి యటనుండి ప్రాణరూపమున సూర్యుని వరకు నూర్ధ్వ గమనము చేయు చుండును. ఇది మిక్కిలి మహిమ గలది కావున దీనిని సు + సు + మ్న = సుషుమ్న యందురు. ఇందు విద్యున్మయ ప్రాణముండుట వలన నిది మహోజ్జ్వల ప్రభతో ప్రకాశించును. దీని సంచార మార్గమును 'మహాపథ' మందురు. ఇది మోక్ష వాసనగల ప్రత్యేకనాడి. ఇది యితర నాడులతో ఘర్షణ పడుచుండుటచే దీనిని యుయుత్సుడందురు. "యోద్ధుం ఇచ్ఛా యయుత్సా" నానా కర్మమయములగు నీ నాడులే కౌరవ శతైకములు.

"శతం చైకాచ హృదయస్య నాద్య
స్తాసాం మూర్ధాన మభినిస్సృతైకా
తయోర్థ్వమా యన్నమృతత్వ మేతి
విష్వఙ్ఙన్యా ఉత్క్రమణే భవన్తి" (కఠ)

హృదయమునుండి బయలుదేరు 101 మూలనాడులలో నొక్కొక్కదానికి నూరేసి శాఖానాడులుండును. ఒక్కొక్క శాఖానాడికి డెబ్బది రెండువేల ఉపశాఖానాడులుండును. అన్నియు గలసి డెబ్బదిరెండుకోట్ల డెబ్బదిరెండు లక్షల (72,72,00,000) నాడులగును. ఈ నాడు లన్నిటిలో వ్యాన వాయువు సంచరించును. "హృదిహ్యేష ఆత్మా అత్రైతదేక శతం నాడీనాం తాసాం శతం శతం శతమేకైకస్యాం ద్వా సప్తతి ర్ద్వా సప్తతిః ప్రతిశాఖా నాడీ సహస్రాణి భవన్త్యాసు వ్యానశ్చరతి" (ప్రశ్న). ఇందు మూలనాడులు 101 ముఖ్యములు. వీని ప్రవృత్తులు గంధ ప్రధానములు కనుక నివి గాంధారేయములు. ధార్తరాష్ట్రులు కౌరవులని పేరొందిరి. దుర్యోధన దుశ్శాసన దుర్మర్షణ దుర్మదాది నామములే వీరి దుర్వృత్తులను చెప్పుచున్నవి. "యథానామ తథాగుణః" ఇందు ప్రథముడు దుర్యోధనుడు. "దుర్వృత్త్యాయోధనం యస్య" అను నిరుక్తిం బట్టి దుర్వృత్తి యోధనముగా గలవాడు దుర్యోధనుడు. దుర్వృత్తిని జయించుట కష్టము కనుక "దుఃఖేన యోద్ధుం శక్యః దుర్యోధనః" అనియు నిర్వచింతురు.

పాండవులు దేవాంశ సంభూతులు జ్ఞానవంతులు. కౌరవులు అసురాంశ సంభూతులు కర్మఠులు. హృదయ కేంద్రమందు ప్రతిష్ఠితమగు నాత్మకు నూర్ధ్వ భాగమున దైవవికాసము, అధోభాగమున నాసుర వికాసము. జ్ఞానేంద్రియ వికాసభూమి శిరస్సు; కర్మేంద్రియ వికాసభూమి అధఃకాయము. అపరా ప్రకృతితో గూడిన బుద్ధి యంతరించును కావున

మాద్రితోగూడిన పాండురాజు మరణించినాడు. అపరా ప్రకృతి క్షర ప్రధానమైనది. కనుక మాద్రికూడ మరణించినది. త్రిగుణాత్మక ప్రకృతివలననే సంతాన రక్షణము జరుగును గనుక కుంతి మిగిలినది. పాండవులు హస్తిపురమున పెరుగుచుండిరి.

21. కృపాచార్యుల వృత్తాంతము

గౌతమ మునికి శరద్వంతుడను సుతుడు శరసమూహముతో నుదయించి తపమాచరించు చుండెను. ఇంద్రుడు వాని తపము చెరచుటకు జానపది యను జవ్వని నంపెను. దాని జూపుగని చేతః పారవశ్యము నొందిన శరద్వంతునకు రేతఃపాతమయ్యెను. అదియొక శరస్తంబమున బడి రెండయ్యెను. అందుండి యొక కొడుకును కూతురును పుట్టిరి. అప్పటికి మృగయా వినోదార్థ మేగుదెంచిన శంతనుడు వారిని దెచ్చి కృపతో పెంచుటచే వారు కృపుడు - కృపియని పేరొందిరి.

శరద్వంతుడు శంతను చెంత కేతెంచి తన సంతానము నెరిగించి తానే స్వయముగా శారద్వతునకు ధనుర్విద్య నేర్పెను. అట్టి విద్వద్వర్యుడగు కృపాచార్యుని రావించి భీష్ముడు తన మనుమలందరకు విలువిద్య గఱపుమని వారి నతని కప్పగించెను. కృపుని శిక్ష దక్షతచే పాండవ ధార్త రాష్ట్ర యాదవు లాదిగ రాజకుమారు లందరు ధనుర్విద్యా విశారదులైరి.

వ్యాఖ్య :- సృష్టి మూలమగు గతిశీల ప్రాణ తత్త్వమును 'గౌ' అందురు. 'గచ్ఛతీతి గౌ' అని నిర్వచనము. గౌ తత్త్వ ప్రధానుడు గౌతముడు. పారమేష్ఠ్య సోమము వలన గౌనిర్మితి యగును. ఇది పితృ ప్రాణ మండలము. సోమ సంబంధము గల పితృప్రాణ వికాస కాలము శరదృతువు. "యస్మిన్ కాలేఽగ్ని కణాః శీర్ణా భవన్తి (సోమ కణాశ్చ ప్రవృద్ధా భవన్తి) సకాలః శరత్". శరత్కాలమున సోమవృష్టి అధికము కావున శరద్వంతుడు శరసమూహముతో పుట్టినాడు. శరదృతు సోమము ప్రజోత్పత్తి కారకము. ఇది జనము లుప్పతిల్లు పదము కావున శరద్వంతుడు జానపదిని కామించినాడు. శరస్తంబమునబడిన శరద్వంతుని రేతస్సునుండి కృపుడును కృపియును జన్మించినారు. కృ + ప=కృతమును. క్రతువును

పాలించుట 'కృ' ధాతువునందు కృతమును క్రతువును గర్భస్థములు. కృ= చేయబడినది; క్రతువు=చేయబడునది. "క్రితోస్మర – కృతంస్మర'' అని యీశోపనిషదాదేశము.

"జ్ఞానజన్యం భవేదిచ్ఛా, ఇచ్ఛా జన్యం క్రతుర్భవేత్
క్రతు జన్యం భవేత్కర్మ, తదే తత్కృత ముచ్యతే"

(వాక్యపదీయము)

క్రితు - కృతభావములు వీర్యధర్మము ననుసరించి యుండును. ఇవి తనువు నందే పెంపొందును గనుక శంతనుడు కృపుని - కృపిని పెంచినాడు. వీర్యమునందు సంస్కార రూపమున నుండు భావములే విద్యారూపమున వికసించును. కావున "సంస్కారావచ్ఛిన్న జ్ఞానం విద్యా'' అని నిర్వచన మేర్పడినది. కృపాచార్యుడు ధృతరాష్ట్ర పాండు నందనులకు ప్రాథమిక విద్యోపాధ్యాయుడు (Elementary teacher). కాని వివిధ విద్యాప్రవీణుడే. "విద్యోపదేశం కృపయేవ కుర్యాత్" అను న్యాయము చొప్పున విద్యోపదేశము కృపవలననే చేయబడవలెను గాని నిర్బంధముచే పొందదగినది కాదు. అట్టిది రాణింపదు కూడను. కర్తవ్య పాలనముతో విద్యోపదేశము చేయవలెను. కర్తవ్య బాధ్యత గురు - శిష్యు లిరువురకును గలదు. కర్తవ్య పాలనమునకు ముగింపులేదు కనుక కృపాచార్యునకు చావు లేదు. అతడు చిరంజీవి !

22. ద్రోణాచార్యుల వృత్తాంతము

భరద్వాజ మునీంద్రు డొకనాడు గంగలో జలక్రీడలాడుచున్న ఘృతాచి నగ్నాంగ సౌందర్యమును జూచి యంగజ రాగ సంగతుడు కాగా నతనికి శుక్ల స్ఖలనమయ్యెను. అతడు దానినొక ద్రోణము నందుంచెను. అందుండి ద్రోణుడు పుట్టెను. ద్రోణుడు అగ్నివేశుడను మహాముని వలన ధనుర్విద్యా పారంగతుడై యాగ్నేయాస్త్రాది దివ్యబాణము లనేకము వడసి కృపుని చెలియలగు కృపిని పెండ్లాడి యశ్వత్థామయను కొడుకును బడసెను. పాంచాలపతియగు ద్రుపదుడు ద్రోణునకు బాల్య సఖుడై యతనితో వేదాధ్యయనము చేసి విలువిద్య గఱచెను. ద్రోణుడు పరశురాము నాశ్రయించి యమోఘ శస్త్రాస్త్రముల బడసి యర్థార్థియై ద్రుపదునికడకేగెను. ద్రుపదుడైశ్వర్య గర్వమున ద్రోణుని బాల్య సఖ్యమును నిరాకరించెను.

దుర్భర పరాభవాగ్ని జ్వాలా దందహ్యమాన మానసుడైన ద్రోణుడు కళత్ర పుత్ర సమేతముగ హస్తిపురమున కరుదెంచెను. అందొకచో రాజనందను లందరు కందుక క్రీడా పరవశులై వేడుకతో నాడుకొను చుండగా వారి బంతి యొక నూతిలో బడెను. వారు తెల్లమొగములు వైచి చూచుచుండిరి. ద్రోణుడు పుంఖాను పుంఖంబగు బాణ రజ్జువుతో బంతిని దిగిచి వారికిచ్చెను. రాజకుమారు లబ్బురపడి వానిని భీష్మునొద్దకు దోడ్కొని పోయిరి. భీష్ముడు ద్రోణుని వృత్తాంతమంతయు విని, వానిని గురువృత్తి స్వీకరించి తన మనుమలకు ధనుర్విద్య గఱపుమని ధనధాన్యాదులచే సత్కరించెను.

అస్త్రవిద్యనేర్చి తన కోరిక దీర్చువాడెవ్వడని ద్రోణుడు నడిగెను. కౌరవులు మిన్నకుండిరి; అర్జునుడు నేను దీర్తుననెను ద్ సంతసిల్లెను. అర్జునుడొకనాటి రాత్రియందన్నము దినుచుండగా దీపమారిపోయెను. అభ్యాసవశమున నాతడు భోజనముచేసి.

చీకటిలోగూడ బాణ ప్రయోగము వేయవచ్చునని యభ్యసించెను. ద్రోణు డర్జునుని ప్రియ శిష్యునిగా నభిమానించి వాని నసమాన శరాసన విద్యా ప్రవీణుని గావించెను.

ఒకనాడు ద్రోణాచార్యుడు తన శిష్యుల యస్త్రవిద్యా నైపుణ్యమును పరీక్షింపగోరి కృత్రిమమైన భాసమను పక్షిని వృక్షాగ్రమున నిలిపి దాని తల తెగవేయవలయునని యందరకు జూపెను. అతడు ముందు ధర్మనందనుని బిలిచి వృక్షమును పక్షిని నన్నును నీ సోదరులను జూచితివా యని యడి గెను. ధర్మజుడు చూచితినని చెప్పెను. ద్రోణు డతనిని నీ దృష్టి చెదరెనని పదరి దుర్యోధనాదుల నట్లే యడిగిన వారందరు నట్లే చెప్పిరి. సూక్ష్మే క్షణుడగు నర్జునుడు తనకు పక్షి శిరము దక్క నొండెద్దియు గనపడుటలేదని చెప్పి గురుని మాటపై సూటిగ దాని నొక్కవేటున తెగనేసెను

అంతనంతవ దొకనాడు శిష్య సంఘముతో గంగానదికేగి స్నానము చేయుచుండగా నీటిలో కనబడకుండ నొక మొసలి వాని పిక్క బట్టుకొనెను. ద్రోణుడు సమర్థుడయ్యును, దానిని విడిపింపుడని నృపసూనుల నడిగెను. వారు బిక్కమొగములువైచి దిక్కులు చూచిరి. శక్రనందను డవక్ర విక్రమ పరాక్రమంబున నీటిలోని యదృశ్య నక్రమునేసి గురుని మెప్పు వడసెను.

వ్యాఖ్య : - వాజమనగా హవిస్సు: అన్నము. "వాజం భరతీతి భరద్వాజః" అను నిర్వచనానుసారము వాజము (అన్నము)ను భరించు వైశ్వానరాగ్నిని భరద్వాజుడందురు. అగ్నికి హవిర్ద్రవ్యము ఘృతము కనుక భరద్వాజుడు ఘృతాచిని జూచి యువ్విళులూరినాడు. జఠరాగ్నియం దాహుతమగు నన్నము ద్రోణము (దొన్నె) వంటి పాత్రమున నుండును. ద్రోణమే ద్రోణుడు. ఇది అన్నము పచనము వేయబడు జఠర కుంభము

నందు కలదు కనుక ద్రోణుడు కుంభసంభవుడని పేరొందెను. ద్రోణము నందలి యన్నము రస రూపమున ద్రవించు స్థానము ద్రు + పదము = ద్రుపదము. కావున ద్రుపదుడు ద్రోణునకు బాల్య సఖుడుగా నుండెను. ద్రోణుని తండ్రియగు భరద్వాజుడగ్నియే. ద్రోణుని గురువులగు అగ్ని వేశుడు, జామదగ్నియు నగ్నిమూర్తులే. అతడు పొందిన దివ్య బాణము లాగ్నేయాస్త్రములే. అంతయు నగ్నిమయము. ఇట్లు భారత మగ్ని విద్యగా ప్రజ్వలించుచున్నది. ఇంద్రియ వర్గము-నాడీ మండలము ద్రోణ ప్రక్రియ ననుసరించియే వ్యాపారము చేయును గనుక ద్రోణు డాచార్యు డనబడెను. "ఆచినోతిచ శాస్త్రార్థాన్ స్వయం ఆచరత్య ఆచారే స్థాపయత్యన్యాన్ ఇత్యా చార్యస్య లక్షణమ్'' తాను స్వయముగ నాచరించి యితరుల నాచరింప జేయువాడే ఆచార్యుడు. కృ +ప= కృతమును పాలింపజేయుట ఆచార్య లక్షణము గనుక ద్రోణుడు కృపుని చెలియలగు కృపిని వివాహమాడినాడు. ద్రోణమునుండి తయారగు అన్నమయ కోశమగు శరీరము రేపటికుండదు. కనుక దీనిని న + శ్వ + స్థామము=అశ్వత్థామ మందురు. అశ్వత్థామ మగు శరీరము కలవాడు అశ్వత్థామ. శరీరి యవినాశి కావున అశ్వత్థామ చిరంజీవి యందురు. ద్రోణునియందు అర్థార్థిత్వ దోష ముండుట వలననే ద్రుపదునిచే నవమానింపబడినాడు.

గజపురిలోని రాజకుమారుల కందుక క్రీడ జగత్తులోని ఆత్మక్రీడ కుపలక్షణము. ఇది క్రిందికి మీదికి దూలుచు క్రీడావశమున నజ్ఞాన కూప ములో బడినది. దీనిని జన్మపరంపరాను సంధాన మార్గమున గురువే యుద్ధ రింప వలయును. ద్రోణుడట్లే బాణపరంపరచే బంతిని పైకి లాగినాడు. ఇంద్రియములు-నాడులు ద్రోణ ప్రక్రియ ననుసరించియే పనిచేయును గనుక ద్రోణుడు పాండవులకు - కౌరవులకుగూడ నాచార్యు డయ్యెను. అన్నము నుండి భూతధాతువులు జనించిన పిదప శేషించి యుండు మనస్సు శిష్య

బావము నొందును. ఇది ద్రోణునకు అర్జునునియందుగల విశేషాభిమాన కారణము. గురూపదేశ మందరియందు సమానమైనను వైయక్తిక శక్తిని బట్టి యొక్కొక్కడు తక్కినవారికంటె నెక్కువ రాణించును. అట్లే వరుదస్త్ర విద్యయందు సాటిలేని మేటి యయ్యెను. ఇతడు భోజనానుభవమును బట్టి యంధకారములో శరాభ్యాసము చేయుట యదృశ్యమగు నాత్మ తత్త్వ మును సాధించుట కుపలక్షణము.

"ప్రణవో ధనుః శరోహ్యాత్మా
బ్రహ్మ తల్లక్ష్య ముచ్యతే
అప్రమత్తేన వేద్ధవ్యం
శరవత్తన్మయోభవేత్ " (ముండకము)

ప్రణవము ధనుస్సు. మనస్సు బాణము. బ్రహ్మ లక్ష్యము. సాధకుడు అప్ర మత్తుడై యేకాగ్ర చిత్తముతో లక్ష్యమును భేదించి, బాణము లక్ష్యమునందు జొచ్చుకొని పోవునట్లు, బ్రహ్మయందైక్యము జెందవలెనని యుపనిషత్ప్ర బోధము. మరియు నందే "ద్వాసుపర్ణా సయుజా సఖాయా సమానం వృక్షం పరిషస్వజాతే" అని జీవ-బ్రహ్మ లనెడు రెండు పక్షులు దేహరూప వృక్షము నాశ్రయించి యున్నట్లు చెప్పబడినది. ఇది ఋగ్వేదమునందును గలదు. జీవ-బ్రహ్మ సుపర్ణములు రెండును గలసి యుండును. కనుకనే శ్రుతి 'సయుజా' అని వక్కాణించినది. ప్రతిబింబవాదము ననుసరించి యిందు బ్రహ్మ అనఘ బింబము; సహజము. ప్రతిబింబమగు జీవుడు ఆభాసము; కృత్రిమము . ద్రోణాచార్యుడు తన శిష్యుల ధనుర్విద్యా కౌశలమును పరీక్షించుటకు వృక్షాగ్రమున రచించిన భాసమను పక్షి యిదియే. ప్రతిబింబము బింబములో లీనమగునట్లు జీవత్వమును భేదించినచో బ్రహ్మైక్యము సిద్ధించును. బింబ ప్రతిబింబములకు భేదాభేద వ్యవహార సిద్ధమగు వ్యాపక-

వ్యాప్య సంబంధము గలదు. వ్యాప్యములగు ప్రతిబింబములు బింబముకంటె వేరయ్యును, వ్యాపక సత్తకంటె వేరు కాజాలవు. మేఘావరణవేళ సూర్య బింబముతో జలఘటము లందలి ప్రతిబింబములు తిరోహితమగుట యిందులకు నిదర్శనము. ఏకత్వ లక్షణముగల బ్రహ్మత్వమును సాధించుటకు ఏకాగ్రత యవసరము. నానాత్వ లక్షణముగల విశ్వదృష్టి గలవానికిది సాధ్యపడదు. కావున నానాత్వ దృష్టిగల ధర్మజ దుర్యోధనాదులందరను ద్రోణుడు మీ దృష్టి చెదరెనని పదరినాడు. చిత్తశుద్ధిగల యర్జునుడు లక్ష్యసిద్ధినొంది పక్షి తల సూటిగ నొక్కవ్రేటున తెగవేయగలిగినాడు. ఆ యీ పరీక్ష ఘట్టమును బట్టి ద్రోణాచార్యుని ధనుర్విద్య యాధ్యాత్మిక లక్ష్యము గలదియని తెలియ నగును.

ప్రవాహ నిత్యమగు సృష్టిలో జీవుడు సంసార బంధమున దగుల్కొని దుఃఖమొందుచున్నాడు. ఇందులకు కారణము మోహము. ఇదే గ్రాహము. గంగానదిలో ద్రోణునిని బట్టుకొన్న మొసలి యిదే. కార్యమే కనపడును గాని కారణము కంటికి కనపడదు. జీవుని సంసారబంధమును విడిపింప జాలునది మనస్సే కాని యింద్రియాదులు కావు. కావున మనోరూపియగు నర్జునుడే యదృశ్య నక్రము నేయగలిగినాడు. ఈ యభియుక్త వచన మరయుడు:-

"నదేహో నచ జీవాత్మా నేంద్రియాణి పరంతప
మన ఏవ మనుష్యాణాం కారణం బంధ మోక్షయోః"

23. ఏకలవ్యుని వృత్తాంతము

హిరణ్య ధన్వుడను నెఱుకు ఱేని కొడుకు ఏకలవ్యుడు విలువిద్య నేర్చుకొనుటకు ద్రోణాచార్యుల నాశ్రయించెను. అతడు నిషాదపుత్రుడని ద్రోణుడు శిష్యునిగా పరిగ్రహింపలేదు. ఏకలవ్యుడు సెలవు గొని పోయి మట్టి ద్రోణాచార్యుల నారాధించి ధనుర్విద్య నభ్యసించెను.

ఒకనాడు కౌరవ పాండవులు వేటకుక్కలతో వనమునకు వేటకేగిరి. అందొక కుక్క దారితప్పి పఱచి యేకలవ్యుని చెంత మొఱిగెను. ఏకలవ్యుడు దాని ధ్వని విని యేడు బాణము లొక్కసారి సంధించి దాని నొసట నాట నేసెను. అది శరపూరిత ముఖముతో కురుకుమారుల యొద్దకు పఱచెను. అంతటి శరలాఘవముగల శబ్దవేది యెవ్వడాయని వారు నివ్వెరపడి వెదకుచు వచ్చి యేకలవ్యుని గని నీవెవ్వడవని యడిగిరి. అతడు నేను ద్రోణాచార్యుని శిష్యుడననెను. వారు తిరిగి వచ్చి తద్వృత్తాంతము ద్రోణునకు జెప్పిరి. అర్జునుడు విలువిద్యలో తన్నుమించిన శిష్యుడు మరియొకడు గలడని గురునకు తన మనోవేదన నివేదించుకొనెను. గురుడు వానిని జూతమని నరునితో నరిగెను.

ఏకలవ్యుడు గురునకెదురు చనుదెంచి నమస్కరించి మిమ్మారాధించి విలువిద్య గఱచితినని వినయ పూర్వకముగ విన్నవించెను. ద్రోణుడట్లయిన మాకు గురుదక్షిణ యిమ్మనెను. అతడు సర్వస్వాత్మ సమర్పణ పూర్వకముగ తన సంసిద్ధత తెలిపెను. ద్రోణుడు వాని బొటనవ్రేలు తనకు దక్షిణగా నిమ్మని యడిగెను. అతడు వెంటనే దానిని ఖండించి యిచ్చెను. ఏతత్ఫలితముగ నేకలవ్యుని విలువిద్య భంగమయ్యెను. అర్జునుని మనోవ్యథ తగ్గెను. ద్రోణుని మాట నెగ్గెను.

వ్యాఖ్య :- ఏకలక్ష్యము గలవాడు ఏకలవ్యుడు. మృగములనో ఖగములనో కొట్టి పొట్టపోసికొనుట యితని లక్ష్యము. ఇతడు నిషాదుడు.

"విషీదతి పాపమస్మిన్నితి విషాదః" అని కోశనిరుక్తి. ఇతని తంత్రి హిరణ్యధన్వుడు కాని ప్రణవధన్వుడు కాదు. కావున నితనికి ధనమే లక్ష్యము కాని దైవము లక్ష్యము కాదు. మంత్ర ప్రయోగాత్మకమగు ద్రోణుని ధనుర్విద్య వేదసంబంధము గలది. నిషాదునకు వేదాధికారము లేదు ప్రజారక్షణము క్షత్రియోచిత ధనుర్విద్యా లక్ష్యము; జీవహింస ఏకలవ్యుని ధనుర్విద్యా లక్ష్యము. ఒకని యోగ్యతాయోగ్యతలు వాని యుద్దేశ్యమును బట్టి నిర్ణయింపవలెనే కాని కార్యమునుబట్టి చర్చింపరాదు. అయినా ధర్మసూక్ష్మతంబట్టి ద్రోణుడు ఏకలవ్యుని శిష్యత్వము నంగీకరింపలేదు.

ఏకలవ్యుడు తమోగుణ ప్రధానుడు కనుక మట్టి ద్రోణాచార్యు నారాధించినాడు. ఇతని ప్రతిమోపాసన ఫలించినది. ఏకాగ్రతకు భ్రూమధ్యము లక్ష్య స్థానమగుటచే నితడు శునకము నోనట ఏడు బాణములు నాటనేసెను. సాధకులు భ్రూమధ్యమున దృష్టి నిలిపి లక్ష్యసిద్ధిని పొందుట యోగాభ్యాసపరులకు తెలిసిన విషయమే. ఏకత్వ లక్ష్యము మనస్సుచే పొందదగినదే కాని శరీరతః కాదు. కనుక నర్జునుడు ఏకలవ్యుని విద్యకు మచ్చరించి గురుని హెచ్చరించినాడు. ఏకలవ్యుని శ్రద్ధా పారవశ్యములో నుపాస్య మతని బుద్ధి సాన్నిధ్యమొందినది. కనుక ద్రోణుడు పరోక్షముగ తన్నుపయోగించుకొనిన ఏకలవ్యుని గురుదక్షిణ యిమ్మని యడిగినాడు. అది న్యాయమే కనుక ఏకలవ్యుడందులకు సిద్ధపడినాడు.

"యాని పంచధా త్రీణి త్రీణి తేభ్యోన జ్యాయఃపరమన్యదస్తి" అను ఛాందోగ్య వచనముంబట్టి త్రికళాత్మకమగు స్వయంభ్వాది పంచపర్వ సృష్టి వికాసము మనుజుని నఖశిఖ పర్యంత మెన్నో విధముల జరిగినది. ప్రస్తుత విషయమునకు జెందిన హస్తాంగుళీ ప్రాధాన్యమును పరిశీలింతము. కర్మ వికాసము ముఖ్యముగ చేతియందగును కనుక దీనిని కరమందురు. దీనియం

ఐదు వ్రేళ్ళు; ఒక్కొక్క వ్రేలికి మూడేసి గనుపులు. "యాని పంచధా త్రీణి త్రీణి" చేతియందున్న అంగుష్ఠము-తర్జని-మధ్యమ-అనామిక-కనిష్ఠిక అను నైదు వ్రేళ్ళును వరుసగ విశ్వసృష్టి యందలి స్వయంభూ-పరమేష్ఠి-సూర్య-చంద్ర-పృథ్వి అను పంచపర్వములకు ప్రతికృతులు. దీనికెన్నో సాధర్మ్యము లున్నవి. ఇందు ప్రథమ పర్వమగు స్వయంభూ ప్రతికృతి అంగుష్ఠము. ఇది బృహత్కాయము; తక్కిన పర్వములకు సహాయకారి. బ్రహ్మ దీని కధిష్ఠాత. ద్రోణుడు నిషాదుడగు ఏకలవ్యునకు తన బ్రహ్మత్వ సంపర్కమును తొలగించుటకు వాని బొటన వ్రేలు గురుదక్షిణగా నడిగెను. ఏకలవ్యుని అపరికార చేష్టితము నరికట్టకున్నచో నతని జీవహింస వలన కలుగు పాపములో ద్రోణుడుకూడ పాలు పంచుకొనవలసి వచ్చును అంతేకాదు ఇంతకుమున్న ద్రోణుడర్జునునకు విలువిద్యలో నెవ్వరును నీకు సాటి రాకుండునట్లు చేసెదనని మాట యిచ్చియుండెను. ఇప్పుడది నిలబెట్టుకొనవలసియున్నది ఆ యీ కారణములచే ద్రోణుడు ఏకలవ్యుని దక్షిణాంగుష్ఠము దక్షిణగా కోరినాడు. ద్రోణవిద్య పరమార్థ లక్ష్యమును సాధించుట కుపకరింపవలెనే కాని జీవహింస యొనర్చుటకు కాదని యిందలి విజ్ఞాన సిద్ధాంతము. ''మున్ బలరిపు మతునకుఁబలికిన పలుకప్పుడు గురుఁడు నేసెఁబరమార్థముగన్." ఈ విషయములో ఏకలవ్యుడే బాధపడలేదు. గురువడిగినాడు; శిష్యుడిచ్చినాడు.

24. కుమారాస్త్ర విద్యాప్రదర్శనము

భీముని బాల్యక్రీడలు ధృతరాష్ట్రనందనులకు ప్రాణగొడ్డముగ నుండెను. దుర్యోధనుడు వడముడి బెడద నెడద సహింపనోపక శకుని దుశ్శాసనులతో మంతనము చేసెను. అతనికి భీముని రహస్యముగా జంపించి, ధర్మజుని బంధించి రాజ్యము తానే యేలవలెనని దుర్బుద్ధి పుట్టెను. అతడు భీముని మడియించుటకు గంగ మడువున ద్రోయించెను; కాలసర్పములచే గఱపించెను; విషాన్నము పెట్టించెను. భీముడు చావలేదు. దుర్యోధనుడు దుర్నయము మానలేదు. పార్థుని ధనుర్విద్యానైపుణ్యము కూడ కౌరవులకు స్పర్థా వర్ధక మయ్యెను.

ఒకనాడు ద్రోణుడు రాజసమక్షమున కుమారాస్త్ర విద్యాప్రదర్శనమునకు రంగస్థలము నేర్పాటు చేయించెను. అందు భీమ దుర్యోధనులు మచ్చరములు పిచ్చలింప గదాదండములతో మహోద్దండ వేదండంబుల మాడ్కి దలపడి భూనభోంతరాళములు దద్దరిల్ల పాద ఘట్టనములతో హుంకారములు చేయుచుండ వారి గదా ఘాతంబులు భావిభారత సంగ్రామ సూచకముగ నుండెను. ద్రోణుడు రంగభంగ మగునని వారిని వారించి యర్జునుని రావించెను. అతడు నానావిధ చిత్ర విచిత్రాస్త్ర ప్రయోగములతో నగ్ని వాయు జలాదుల నుత్పాదించుచు ప్రేక్షక జనమున కాశ్చర్యము గొలుపుచుండగా, రవితేజో విరాజితుడగు రాధేయుడు రంగమధ్యమున కేతెంచి తద్విద్యలెల్ల తాను ప్రదర్శింతునని యర్జునునితో కయ్యమునకు కాలుద్రవ్వెను. కర్ణార్జునులు ద్వంద్వ యుద్ధమునకు తలపడిరి. ఘోరమైన వారి పోరు చూచి కుంతి మూర్ఛవోయెను. రాజుకానివాడు రాజుతో రణమొనరింపదగడని కృపుడడ్డగించి కర్ణుని పుట్టుపూర్వోత్తరము లడిగెను. వెంటనే సుయోధనుడు కర్ణునకు రంగమధ్యమున నంగరాజ్యాభిషేకము చేసి వానితో సంగాతము కుదుర్చుకొనెను. అంతలో ప్రొద్దు గ్రుంకినందున నందరు నిజమందిరముల కరిగిరి.

మరునాడు ద్రోణుడు శిష్యుల రావించి తనకు గురుదక్షిణగా ద్రుపదుని బంధించి తెండనెను. ధృతరాష్ట్రనందనులు ముందుగా నరిగి ద్రుపదభటులచే పోటులు వడి తిరిగి వచ్చిరి. కవ్వడి నెవ్వడి నేగి పరబలముల చివ్వ నొవ్వ నేయుచుండ ద్రుపదుడు శరవృష్టి గురియుచు నెదుర్కొనెను. పాండవ మధ్యముడు పంచాననము భంగి పాంచాలపతి రథము పైకి లంఘించి వానివి బట్టి కట్టి తెచ్చి ద్రోణునిముందు పెట్టెను. ద్రోణుడు తన్ను మున్ను పరాభవించిన ద్రుపదుని జూచి మహారాజులు ఇపుడైన మమ్మెరుగుదురాయని చిన్నవుచ్చి పుచ్చి వివ్వచ్చుని పరాక్రమమునకు మెచ్చి వానికి బ్రహ్మాస్త్ర మిచ్చెను.

ధృతరాష్ట్రుడు యుధిష్ఠిరునకు యౌవరాజ్యాభిషేకము చేసెను. దుర్యోధనుడందులకు మచ్చరించి తన మేనమామయగు శకునితో మంతనము చేసెను. సౌబలుని మంత్రియగు కణికుడు పగతుర నెట్లయిన తెగటార్చుటయే రాజనీతి యని బోధించెను. దుర్యోధనుడు తన రాజ్య కాంక్ష తండ్రితో జెప్పి పాండవుల నటనుండి పంపివేయుమని పట్టుబట్టెను. అంధభూపతి యందుల కంగీకరించెను.

వ్యాఖ్య:- కౌరవ పాండవులు జ్ఞాతులు. జ్ఞాతి వైరము సహజము. ఇది వారి బాల్య క్రీడలలోనే పొడసూపినది. దీనికి కారణము రాజ్యలిప్సయే వారి రాజ్యాధికారమును గురించి రాద్ధాంత సిద్ధాంతము లెన్నో కలవు.

ధృతరాష్ట్రుడు పెద్దవాడైనను, గ్రుడ్డివాడగుటచే రాజ్యార్హుడు కానందున పాండురాజునకు రాజ్యము లభించెను. పాండురాజు మృగయా వ్యాసంగమున వనవాసమున కేగునపుడు ధృతరాష్ట్రునకు రాజ్యము నప్పగించి యచ్చట శాపగ్రస్తుడై మరణించెను. అప్పటినుండి ధృతరాష్ట్రుడు అధిపతిగా మాత్రమే రాజ్యము చేసినాడు కాని అభిషిక్తుడై రాజ్యమేలలేదు. జాత్యంధాదులకు దాయ భాగాధికారము లేదని శాస్త్ర నిర్ణయము.

"అనంశౌక్లీబ పతితౌ జాత్యంధబదిరౌ తథా
ఉన్మత్త జడ మూకాశ్చయే చకేచిన్నిరింద్రియాః(మను)
"క్లీబోఽథపతితస్తజ్జః పంగురున్మత్త కోజడః
అన్ధోఽచికిత్స్య రోగాద్యా భర్తవ్యా స్స్యుర్నిరంశకాః"
(యాజ్ఞ్యవల్క్యస్మృతి)

వ్యాసు డంబికకు అంధుడు పుట్టుననగా సత్యవతి –

" నాంధః కురూణాం నృపతి రనురూపస్తపోధన
జ్ఞాతి వంశస్య గోప్తారం పితౄణాం వంశవర్ధనమ్
ద్వితీయం కురు వంశస్య రాజానాం ధాతుమర్హసి "

అంధుడు రాజ్యార్హుడు కాదు కనుక రాజ్యార్హుడగు రెండవవాని ననుగ్రహింపుమని కోరినది. మొదట తనకు సంతానము కలిగినచో వారికి రాజ్యము లభించునని ధృతరాష్ట్రునకు అంతరాంతరములో రవంత యాశ గలదు. కాని మొదట కుంతీ గర్భమున యుధిష్ఠిరు డుదయించుటతో నది యడుగంటి ధృతరాష్ట్రునకు చర్మచక్షువులతోబాటు విజ్ఞాన చక్షువులపైగూడ పొర గ్రమ్మి పాండవులపట్ల ద్వేషబీజము నాటుకొనెను. గర్భవతియైన గాంధారి కూడ మన్యుతాపమున నుదర తాడనము చేసికొన్నది. ధృతరాష్ట్రుడు తన యనర్హతను తానే యిట్లు వెల్లడించెను. "రాజయ్యెడువాఁడు తన రాజ్య భారంబు దాన జూచి యరయవలయు - నేను బలంబు గలిగియు నంగవైకల్యంబునం బర చక్రములకుం బ్రతి వ్యూహంబులు రచియింప నేరమింజేసి రాజ్యంబునకుఁ దగకున్న -

"లోకనుతుండు పాండుఁడమలుండు మహాగుణరత్నపూర్ణ ర
త్నాకరుఁ డత్యుదారమతి యంధుఁడనైనను నన్నురాజుఁ గాఁ
జేకొని నాకు భక్తిఁ బనిసేయుచు సర్వ జగ జ్జిగీషుఁడై
యీ కురువంశ రాజ్యభర మింతయుఁదాల్చెఁ బరాక్రమంబునన్ "

అట్టి తండ్రికే లేని యధికారము కొడుకున కెట్లు వచ్చును ? దుర్యోధనుడు కూడ తండ్రితో-

"పితృతః ప్రాప్తవాన్ రాజ్యం పాండురాత్మ గుణైన్నహ
త్వ మంధగుణ సంయోగాత్ప్రాప్తం రాజ్యం నలబ్ధవాన్
స ఏష పాండో ర్దాయాద్యం యది ప్రాప్నోతి పాండవః
తస్యపుత్రో ధ్రువం ప్రాప్తస్య తస్యాపి చాపరః"

నీవు అంధత్వముచే రాజ్యము పొందలేక పోయితివని, పాండురాజు తండ్రినుండి రాజ్యము పొందెననియు. అది పాండవులకు వారి సంతతికి చెందిపోవుననియు తన మనో దుఃఖము వెళ్ళబోసికొనెను. దీనినిబట్టి ధృతరాష్ట్రుడు జ్యేష్ఠత్వముచే రాజ్యము ప్రాపించినను, అంధత్వముచే దానిని పొందలేక పోయెనని స్పష్టమగుచున్నది. పాండురాజుది కుష్ఠుకాదు. అది తల్లి తెల్ల బోవుటచే కలిగిన పాండురోగము. కావున పాండునకు రాజ్యార్హత లేదనుకొనుట పొరపాటు.

జ్ఞాన ప్రదాతయగు సూర్యుడు చక్షురధిష్ఠాత. "చక్షోః సూర్యోఽజాయత" అని శ్రుతి. సూర్యుడు లేనిచో జగ మంధకార బంధుర మగును. చక్షువు లేనివాని స్థితియంతే. "కావున సర్వేంద్రియాణాం నయం ప్రధానమ్" అందురు. "జ్ఞానంబు దృష్టి నరునకు" (శాంతి 4-298). అజ్ఞానమే యంధత్వము, లోకమందు జ్ఞానమే నేతృత్వము వహింపవలె గాని యజ్ఞానము నందల మెక్కించినచో నందలి యనర్థము లెట్లుండునో వేరుగ చెప్పనక్కర లేదు."కానని వాని నూఁతగొని కానని వాఁడు విశిష్ట వస్తువుల్ గానని భంగి" నగును. అంధుడగు ధృతరాష్ట్రుడు రాజ్యార్హుడు కాకపోవుటకు, బుద్ధిశాలి యగు పాండుడు రాజగుటకు కారణ మిదియే. జ్ఞానేంద్రియములు బుద్ధికి సంబంధించినవి. ఇది పాండవ పంచకము. కర్మప్రవృత్తములగు నాడులు శరీరమునకు సంబంధించినవి. ఇది కౌరవశతము. ఈ రెంటికి పరస్పర

సంఘర్షణ కలుగుచున్నది. మన అవయవములు మనము చెప్పినట్లు వినవు. అవి యన్నియు మనతో పోట్లాడునవే. దీనికి కారణము మనస్సుయొక్క ద్వంద్వ ప్రకృతియే. " ఉభయాత్మకం మనః " మంచి చెడ్డల కేంద్రము మనస్సే.

మంచియే మార్గదర్శకముగా నుండవలెను. అట్లుండుటకు శరీరము దేవతాధీనము కావలెనే కాని యాసుర భావాక్రాంతము కారాదు. దేవత లనగా జ్ఞానేంద్రియములు. జ్ఞానమనగా ఆత్మజ్ఞానమే యభిప్రేతము కాని సకల జంతు సామాన్యమగు నాహార నిద్రా భయ మైధున జ్ఞానము కాదు. ఆత్మ జ్ఞానము గలవాడు దుర్వృత్తులను జయించుటకు దృఢ సంకల్పము బూని యుధిష్ఠిరుడగును. యుధి + స్థిరః=యుధిష్ఠిరః= యుద్ధమునందు స్థిరత్వము గలవాడు. యుధిష్ఠిరత్వమున గాని ధర్మత్వము రానేరదు. ధర్మనీతియే రాజ నీతి సంచాలనము చేయవలెనన్నది ఆర్ష సిద్ధాంతము. రాజనీతి ధర్మనీతిని సంచాలనము చేయుట యనర్థదాయకము, కాని దుర్యోధనుడు కుటిల రాజ నీతిజ్ఞుడు. ధర్మమును త్రోసిపుచ్చి తాను రారాజు కావలెనని యితని దురుద్దేశ్యము.

పృథ్వి " ఉపాంశువధఁజేసి మధ్యము మదోద్ధతుం జంపి ని
స్సపత్నముగ ధర్మనందను నశక్తు బంధించి యే
నపాండవముగా సముద్రవలయాఖిల క్షోణి మ
త్కృపాణ పటుశక్తి నత్యధిక కీర్తినై యేలెదన్ "

అని శకుని దుశ్శాసనులతో మంతనము సాగించినాడు. కురురాజ్య మపహరింప వలె నను కుత్సితబుద్ధితో తాము కొంచపుఁవారమని ప్రకటించుకొనినాడు. భీముని చంపుట కెన్నో కుట్రలు పన్నినాడు. భీమునకు మాడియ లేదు.

కుమారాస్త్ర విద్యాప్రదర్శనమున రంగస్థల మొక రణరంగముగ పరిణమించినది. భావిభారత సంగ్రామ సూచకమగు భీమసేన దుర్యోధనుల గదాఘాతములు రంగభంగ స్థాయిని చేరుకొన్నవి. దుర్యోధనుడు రంగమధ్యమున నర్జునునకు ప్రతిద్వంద్విగా నిల్చిన కర్ణుని తన కండగా నాకట్టుకొనుటకు వాని నంగ రాజ్యాభిషిక్తుని చేసినాడు. కర్ణుని కంగ రాజ్యాధికారము దుర్యోధను డభిమానించి కల్పించినదే కాని సహజమైనది కాదు. దుర్యోధనుడు కురుక్షేత్రము మొత్తమునకు రాజు. కర్ణము శరీరమున కొక యంగము మాత్రమే. అంగ మాత్రమునందు కల్పించిన యధికారము కర్ణుని సహజముగ రాజు సేయ జాలదు.

జిహ్వా చాపల్యము నరికట్టుట బ్రహ్మ విద్యా సాధనలో మొదటి ఘట్టము. ద్రోణుడు శిష్యులను ద్రుపదుని బంధించి తెండనుట దీనికి సంబంధించినదే. అన్నము రసముగా ద్రవించు స్థానము ద్రుపదము కదా! దుర్యోధనాదులు దీని నరికట్టలేక పోయిరి. సత్త్వ మనస్కుడగుటచే నర్జునుడు ద్రుపదుని బంధింప గలిగినాడు. ద్రోణు డందులకు మెచ్చి బ్రహ్మాస్త్ర మిచ్చినాడు. ఇది బ్రహ్మత్వ సిద్ధికి సూచకము.

"ఆహార శుద్ధౌ సత్త్వ శుద్ధిః సత్త్వశుద్ధౌ ధ్రువాస్మృతిః
స్మృతిలంభే సర్వగ్రంథీనాం విప్రమోక్షః" (ఛాందో: 7-26)

ధర్మనీతి కోవిదులైన భీష్మ విదురాదుల సమక్షమున ధర్మ వ్యతిరేకము చేయలేక ధృతరాష్ట్రుడు ధర్మరాజునకు యౌవరాజ్యాభిషేకము చేసినాడు. దుర్యోధనున కది గిట్టలేదు. కణికుడతని కనుకూలముగ దుర్నీతి బోధించినాడు. దుర్యోధనుడు తన హృదయవేదన తండ్రి కెరిగించి పాండవుల నెటకేని పంపివేయమని పట్టుపట్టినాడు. అపుడు ధృతరాష్ట్రుడు తన దురుద్దేశము విట్లు బయట పెట్టినాడు.

“ఏనెల్లప్రొద్దు నా యెదలోనఁదలఁతుసీ యభిప్రాయంబ యిది
దారుణంబు
గాన వాతునకుఁ జుల్కన తేరనోపఁగడఁగి పాండవుల నేకత
మెట్టులనుప
గానగు మఱి దీని గాంగేయ విదుర కలశజా శ్వత్థామ గౌతముల్ బుద్ధి
గా నొడంబడుదురె”

ల్లయిన తన కొడుకులకు రాజ్యము కట్ట బెట్ట వలయుననియే అంధ భూపతి
'రాటము. ఇది మనసులో జరుగు పోరాటము.

25. లాక్షా గృహ దహనము

ధృతరాష్ట్రుడు పుత్ర వ్యామోహముచే దుర్యోధనుని దుర్నయమున కొడబడి పాండవులను కుంతీ సహితముగ వారణావతమున కొంతకాల ముండుడని పంచెను. దుర్యోధనుడు పురోచనుడను శిల్పాచార్యుని ముందుగా బంపి యందొక లాక్షాగృహము నిర్మింపజేసి యందు పాండవు లేమరి నిద్రించువేళ నయ్యింటికి నిప్పంటించుటకు పురమాయించెను. పరేంగిత విదుడగు విదురుడు ధర్మరాజునకు ప్రయాణ సమయమున భవిష్యదపాయ మును గురించి సంకేత వాక్కులతో సూచించెను. పాండవులు కుంతీ సహితముగ వారణావతమును జొచ్చి లాక్షాగృహమున నుండిరి. ధర్మజుడు దాని కృత్రిమ రమణీయతను జూచి లాక్షా సర్జక ఘృత తైల నిర్మితమైన మాయా గృహమని యాకళించి, యందు రేయింబవళ్లు మెలకువతో మెలగ వలయునని మెల్లగా భీముని చెవిలో నూదెను. విదురుడు పాండవుల ముప్పు తప్పించుటకొక ఖనకుని బంపి లక్కయింట నొక్క రహస్య బిల మును త్రవ్వించెను. పాండవులు దాని యానుపాను లెరింగియు నెరుంగని యట్లుండిరి.

పురోచను డప్పాప గృహమునకు నిప్పు వెట్టదలచిన నాటి రాత్రి వాని గూఢచారిణియగు నిషాద వనిత తన యేవురు కొడుకులతో తప్ప త్రాగి లక్కయింట నొక్క ప్రక్కనుపడి నిద్రపోయెను. అర్ధరాత్రివేళ భీముడు పురోచనుని కంటె ముందర మేల్కొని వాని శయనాగారమునకు నిప్పంటించి, ఖనకునకు తమ కుశలగమన మెరిగించి, తల్లిని సోదరులను రహస్య బిలముద్వారా బయటికి దాటించెను. లక్కయిల్లు భగ్గునమండి భస్మసాత్కృతమయ్యెను. అందు పురోచనుడును, ఏవురు కొడుకులతోడ నిషాద వనితయు విషాద మరణ మొందిరి. పౌరులు తద్గృహ దహనావ శేషములను పరికించి యందు పంచత్వమొందినవారు పాండవులే యని భావించి వారి చావు కబురు ధృతరాష్ట్రునకు జేరవేసిరి. ఖనకుడు పాండవుల

క్షేమవార్త విదురునకు చెప్పెను. ధృతరాష్ట్రుని కొలువులో నందరు పాండు కుమారుల మృతి విని దుఃఖించిరి.

వ్యాఖ్య:- భూతగ్రామమగు పురము ఆత్మకావరణము కనుక దీనిని వారణావతమందురు. ఇదే వారణాసి. వరణ + అసి. "వృణోతీతివరణః- వృజ్ వరణే" అని కోశ నిరుక్తి. ఇదే పశుపతి నివాసము. కాశికి వారణాసి యని ప్రతీతి. భ్రువోర్మధ్య స్థానము కాశి. "కాశ్యాంతు కాశ్యతే కాశీ" ఇది పరి + కాశ్ = పరికాశము కలది. తత్త్వాన్వేషణ కిది లక్ష్యస్థానము. తత్ + త్వం = తత్త్వం. 'తత్'ను 'త్వం' వెదుక వలసి యున్నది. భ్రూమధ్య మున 'తత్' తో 'త్వం' ఐక్యమగును.

భ్రువోర్మధ్యే ప్రాణమావేశ్య సమ్యక్
సతం పరం పురుష ముపైతి దివ్యమ్ (గీత 8-10)

వారణావత పురమునందు పురోచనుడు రచించిన లాక్షాగృహము దేహమే "లక్ష్యతే లాక్షా" – దృష్టికి లక్ష్య మగునది యని వ్యుత్పత్తి. శరీర నిర్మాణ ద్రవ్యమగు సోమము స్నేహ(జిడ్డు)గుణము కలది. లాక్షాగృహ నిర్మాణ ద్రవ్యములగు లాక్షా సర్జక ఘృత తైలములు జిడ్డు పదార్థములే. దేహ రూప లాక్షాగృహ నిర్మాణము విచిత్రమైనది. దేహము యోగమాయచే కల్పింప బడినది. కావున విది మాయాగృహము. "మీయతే అనయా మాయా" అను నిర్వచనమునుబట్టి వ్యాపకాత్మను మితము గావించునది 'మాయ' అన బడును. దీనిచే కల్పింపబడిన దేహము క + పటము (అల్ప పటము కావున) కృత్రిమ సౌందర్యము కలది. ఇది మృణ్మయ దేహము కాని చిన్మయ దేహము కాదు. "దిహ్యతే ఇతి దేహః" (దిహ ఉపచయే) వృద్ధిపొందునది యని చిన్మయ దేహ నిర్వచనము. "దహ్యతీతి దేహః" - దహింపబడు నది యని మృణ్మయ దేహ నిర్వచనము. ఇది దుర్యోధనునిచే నిర్మింప జేయబడిన లాక్షాగృహము కావున ప్రమాద భరితమైనది. విదురుడు దీని

విషయమును బాగుగ నెరిగిన వాడు కావున దీని భవిష్యద్వినాశనమును ధర్మరాజునకు సూచించి యతని నేమరక యుండుమని బుద్ధి గఱపినాడు. ఇంక ధర్మము పాటించి యప్రమత్తముగనే యుండవలయును. లేనిచో ఆత్మ పతనమొంది ముప్పు వాటిల్లును. పాండవులు కుంతీ సహితముగ వారణా వతము నందలి లాక్షాగృహము సొచ్చి తమకు చెరుపు కలుగకుండ దాని తెఱగెఱిగియు నెఱుగని యట్లే యందు కొంతకాలముండిరి.

"అథేదం భస్మాంతం శరీరమ్" అన్నట్లు మాయా గేహమగు దేహము దహింపబడునదే కనుక వాయునందనుడు నిర్ణీత సమయమున దీని కగ్నిని రగులు కొలిపినాడు. అజ్ఞాతముగ నిందు మడిసినచో "పునరపి జననం పునరపి మరణం" తప్పదు. ఇట్లుగాక జ్ఞానాగ్నిచే దీనిని స్వయముగా మడియింప జేసినచో 'నసపునరావర్తతే' యగును. ఇట్లు చేయుట బుద్ధి మల్లక్షణము. పాపకర్మ లిందే చిక్కుకొని చత్తురు పురోచనునకు విషాది కుటుంబమునకు నిదే విషాద గతి పట్టినది. పాండవులు జ్ఞానవంతులు కనుక నపాయ స్థితిలో నుపాయాంతరముచే రహస్య బిలము ద్వారా బయటకు తప్పించుకొనిరి. గుహా నిహిత రహస్యముల నెఱుగని వారికిది సాధ్యము కాదు. సాధన వాయు సంబంధమైనది కనుక వాయునందనుడే వారిని దాటించినాడు. "వాయుర్గంధానివాశయాత్" అన్నట్లు వాయువు ఆశయ గంధములను మోసుకొని పోయి తత్తన్నియమిత స్థానములకు జేర్చును భౌతిక దృష్టి గలవారికీ బిల రహస్యము తెలియదు. కనుక దుర్యోధనాదులు పాండవులు లక్కయింట చచ్చిరనుకొనిరి. వారి మరణవార్త విని ధార్తరాష్ట్రులు పైకి దుఃఖించిరి కాని లోపల సంతోషించిరి. విదురుడు నంతే చేసెను. కాని యంతర్భావము భిన్నము. ఇది బాహ్యాభ్యంతర కర్మ మర్మము.

26. హిడింబాసుర వధ

లాక్షాగృహ దహనానంతరము పాండవులు మహాగహనంబున బడి చని చీకటివేళ నొక వట వృక్షము క్రింద కటికి నేలపై పరుండిరి. భీముడు నిద్ర మేల్కొని వారిని కాచుచుండెను. హిడింబ యను రక్కసి వారిని జంప నేతెంచి భీముని జూచి మోహపరవశ యయ్యెను. హిడింబాసురుడు తన చెలియలి మసలికకు మండిపడుచు పాండవులను కబళింప రాగా, భీముడు వానిని మల్లయుద్ధమున మడియించెను. పాండవులు తమ దారిని చనుచుండ హిడింబ వారిని వెంబడించెను. కుంతి దాని నెయ్యమునకు భీము నియ్య కొలిపెను.

పాండవులు శాలిహోత్రు నాశ్రమమున కేగి యందలి సరోవరమున స్నానమాచరించి తత్సమీప వనస్పతి నీడను విశ్రమించి తన్మహిమచే ఆకలి దప్పులు లేకయుండిరి. వ్యాసు డచ్చటికి వచ్చి వారి నేకచక్ర పురమున కేగి యందు బ్రాహ్మణ భావమున నుండుడని హితోపదేశముచేసి, హిడింబపేరు కమలపాలిక యనియు, దానికి భీముని వలన నొక కొడుకు కలుగు ననియు, నాతడు వారి యాపద గడుపు ననియు చెప్పి యంతర్హితు డయ్యెను. భీముని వలన హిడింబకు ఘటోత్కచు డుద్భవించి యవసర పడినప్పుడు వత్తునని తండ్రులకు మ్రొక్కి తల్లిని తోడ్కొని తన యుంవున కరిగెను.

వ్యాఖ్య :- డింబమనగా ఉపద్రవము. "డీయతే జనో౽నేనేతి డింబః" అని కోశ నిరుక్తి. జన వినాశనకరమైన ఉపద్రవ భావము కలవాడు హిడింబాసురుడు. ఇతడు మానవ మాంస భక్షకుడు. ఇది మానవత్వమునే హరింపజేయు మహోపద్రవము. తమో లక్షణము గల యాసుర భావము జ్ఞానము నడగించును. కావున హిడింబాసురుడు పాండవులను కబళింప జూచినాడు. దైవబల సంపన్నుడగుటచే భీముడు వానిని మల్లయుద్ధములో మడియించినాడు. హిడింబుని చెలియలగు హిడిం-

బకు దైవాంశ సంభూతుడగు భీముని జూచిన తోడనే యాసురీ భావ మడగి పోయినది. కనుక నిది తన బాంధవులను విడిచి దైవశక్తికి వశవర్తిని యైనది. దేవతలకు అసురుల సహకార మవసరమగుట ప్రకృతి ధర్మము కనుక కుంతి భీముని యందు హిడింబకు గల పతిభావము నంగీకరించినది.

హిడింబాసుర వధానంతరము పాండవులు శాలిహోత్రు నాశ్రమమున కేగి విశ్రమించిరి. శాలి=వరి ధాన్యము; హోత్రము=హావిస్సు; అన్నము. శాల్యన్నము హవిస్సుగా గలవాడు శాలిహోత్రుడు. అతని తపఃప్రభావమున వెలసినవే యచటి సరోవర వనస్పతులు. ఓషధి రూప మగు శాల్యన్నము చాంద్రరస ప్రధానమైనది. ఓషధీశ్వరుడు చంద్రుడు కనుక నిది మనోబలవర్థకము. వనస్పతి సౌరరస ప్రధానమైనది కనుక బుద్ధి వర్థకము. జలము దీనికి దోహదించును. మనో బుద్ధుల జ్ఞానాన్నమును గ్రహించువానికి భౌతికాన్నాపేక్ష సన్నగిల్లును. కావున పాండవులకు శాలి హోత్రు నాశ్రమమున క్షుత్పిపాసలు కలుగలేదు. అన్న పరిగ్రహణము యజ్ఞభావముతో జరిగినపుడే యిది సాధ్యము. శాలిహోత్రునందలి హోత్ర శబ్దము యజ్ఞార్థసూచకమే. ఏతత్పరిభావము వలన పాండవులు భౌతిక శరీర దృష్టి నతిక్రమించి యుండుటచే వ్యాసుడు వారికడ కేతెంచి ఏకచక్ర పురమున కేగుడని హితోపదేశము చేసెను.

శరీర మాపోనిర్మితము. అప్యప్రాణ మాసురము. ఆపోరూప జల మును కమలమందురు. దానిని పాలించునది కమలపాలిక. ఇది హిడింబ పేరు. ఈమెకు శాలిహోత్రు నాశ్రమమున ఘటోత్కచు దుద్భవించెను. ఘట రూప శరీరము నుండి ఉచ్చంధనము (బంధన విముక్తి) నొందువాడు ఘటోత్కచుడు. ఇతడు దేవతా బీజమున పుట్టినవాడు కనుక పాండవాభి మానియై వారు తలచినపుడు వత్తునని తల్లిని తోడ్కొని పోయినాడు.

27. బకాసుర వధ

పాండవులు బ్రాహ్మణ భావమున ఏకచక్రపురమను నగ్రహారమున కేగి యొక విప్రు నింట విడిసిరి. వారు జటాజిన వల్కల ధారులై బ్రహ్మచర్యము వహించి వేదము పఠించుచు భిక్షుక జీవనము గడపు చుండిరి.

బకుడను రక్కసు డందలి జనులను పెక్కండ్ర నొక్కమారు మ్రింగు చుండెను. వానికి ప్రతిదినము వెలువరుస నొక్కమానిసి, రెండెను పోతులు, బండెడన్నము నాహారముగా బంపునట్లు పురజనులు కట్టడ చేసికొనిరి. ఒకనాడు పాండవుల కాశ్రియ మొసగిన విప్ర కుటుంబము వంతు వచ్చెను. వారొక్కపెట్టున గొల్లుమనిరి. భార్యాపుత్రుల సంరక్షణము తన విద్యుక్త ధర్మము కావున తానే రక్కసున కాహారమగుదునని గృహ యజమాని పలికెను. ప్రాణత్యాగము చేసియైనను పతికి హితము సేయుట పాతివ్రత్య ధర్మము కావున తానే రక్కసునకు బలియగుదునని యిల్లాలు నుడివెను. కన్య యెపుడు పరులసొత్తే కావున నను భోజనముగ తన్ను బంపుడని కూతురు కోరెను. రక్కసుని జంపి వత్తు మీరేడ్వకుడని కొడుకు వెడతొక్కు పలుకుల వారి నూరార్చెను. కుంతి వారి వంత దీర్చుటకు వారి వంతు రక్కసుని చెంతకు భీముని చనుమని నియోగించెను. ప్రాణఘాతుకమైన పనులకు అతిథులను నియోగించుట మహాపాతకమని బ్రాహ్మణు డందుల కొడంబడలేదు. కుంతీదేవి తన కొడుకు బలము నుగ్గడించి వానిని సమాధాన పరచెను.

భీము డిష్టమృష్టాన్నములు మెక్కి బలమెక్కి యన్నశకటమెక్కి రక్కసు నిక్క కేగి బండిమీద తిండి దినుచు గూర్చుండెను. బకాసురుడు వృకోదరుని కండ క్రొవ్వునకు మండిపడుచు వచ్చి వాని వెన్నుపై చరచెను. భీముడు బకుని రక్తధారలు గ్రక్కునట్లు పొడిచి మల్లయుద్ధమున మడియించెను. బకాసురుని బాధ తొలగిపోయినందులకు ఏకచక్రపుర వాసులెల్ల ఏకగ్రీవముగా సంతోషించిరి.

వ్యాఖ్య:-దేహ దృష్టి తొలగిన వెంటనే ఆత్మావరణము భంగమై విశ్వ మేకచక్ర రూపమున భాసించును. పాండవులు లాక్షాగృహ దహనానంతరము వారణావతము విడిచి యేకచక్రపురమున కేగుట దీని కుపలక్షణమే. ఏకచక్రకపురము బ్రహ్మపురము. ఇది అగ్రహారమునకు చెందినది కనుక అగ్రహారముగా పేర్కొనబడెను. ఏకత్వమునకు బ్రహ్మ భావ ముండవలయును. "ఏకమేవాఽద్వితీయం బ్రహ్మ" అని శ్రుతి. కావున వ్యాసుడు పాండవులను బ్రాహ్మణ భావముతో ఏకచక్రపురమున కేగుడని హితము గఱపెను. బ్రాహ్మణ భావముతో నేగుడనుట వలన నిది భావనాగమ్యమని తెలియనగును. ఏకచక్రపురమున పాండవులు బ్రాహ్మణ గృహమున వసించుట, బ్రహ్మచర్యము వహించుట, వేదము పఠించుట వారి బ్రహ్మ భావమునకు నిదర్శనము.

పరులను పీడించి తమ పొట్ట నింపుకొను కుటిల స్వభావులు లోక కంటకులు. బకుడట్టివాడు, "బకతి కుటిలో భవతీతి బకః" అని కోశనిరుక్తి. వ్యక్తి స్వార్థము సమాజము నందలి యేకీభావమును విచ్ఛిన్నము చేయును. బకుని వలన ఏకచక్రకపురమునకు కలిగిన ప్రమాద మిదియే. బకాసురుడు తిండిపోతు. బండెడన్నము, రెండెనుబోతులు, నొక్క మానిసియు బకుని దైనందిన భోజనము. ఎనుబోతు వారుణ పశువు, నరమాంసము సరేసరి. ఇది బ్రహ్మభావ విరోధియగు తామసాహారము కనుక బ్రాహ్మణాగ్రహారమగు నేకచక్రపురమున బకాసురుడు ప్రజలనెల్ల మ్రింగుచుండెను.

బకాసురుని బలికి విప్ర కుటుంబము వంతు వచ్చినపుడు గృహయజమాని, ఇల్లాలు, కూతురు, కొడుకు ఎవరి ధర్మమును వారు ప్రవచించి నేనంటే నేనని ప్రాణత్యాగమునకు సిద్ధపడిన వారి మనస్తత్వము భారతీయ కుటుంబ వ్యవస్థకు మచ్చుతునక. ఇది వారి నిస్స్వార్థతకు నిదర్శనము. వారి ఆతిథ్య ధర్మమే వారిని రక్షించినది. వారి వంతు భీముడేగి వారిని కాపాడినాడు. "అతిథి దేవో భవ" అన్న సూక్తి వారికి అక్షరాల ఋజువైనది. స్వార్థపరుల బకవృత్తి యంతమగుచో సమాజ మేకచక్రముగా శాంతి సౌఖ్యములతో వర్ధిల్లును. కావున భీముడు బకాసురుని వధించి లోకోపకార మొనర్చినాడు.

28. ద్రౌపదీ స్వయంవరము

అర్జునునిచే పట్టువడి ద్రోణునిచే పరాభవింపబడిన ద్రుపదుడు ద్రోణుని చెండాడు కొడుకును, అర్జునుని పెండ్లాడు కూతును బడయగోరి యాజోప యాజుల యాజకత్వమున సౌత్రామణియైన కోకిలాదేవి భార్యగా పుత్రకామేష్టి చేసెను. అమ్మహా యజ్ఞాగ్ని కుండము నుండి ఖడ్గ కార్ముక కవచ కిరీటములతో రథారూఢుడై ధృష్టద్యుమ్నుడును, శ్యామలోత్పల కోమలామల వర్ణముతో కృష్ణయను నిగణ్య పుణ్య లావణ్య గుణరాసి యగు ద్రౌపదియు నుదయించిరి.

కూతునకు పెండ్లిసేయు కుతూహలముతోనున్న ద్రుపదుడు మాయా గృహ దాహమున పాండవులు మడిసిరని విని యర్జునుని జాడ నెరుంగుటకై ప్రాజ్ఞుల నిర్ణయానుసారము ద్రౌపదీ స్వయంవరమును చాటించి వైహాయస మత్స్య యంత్రము నమర్చెను. అది విని పాండవులు పాంచాల దేశమునకు పయనమైరి. మార్గమధ్యమున వ్యాస మునీంద్రుడు వారి నాశీర్వదించి ద్రౌపదీ పూర్వజన్మ వృత్తాంత మెరిగించి చనెను.

ఒకనాటి రాత్రి పాండవులు స్నానార్థులై గంగానది యందలి సోమశ్రవ తీర్థమున కేగిరి. అంతకుముందే యంగనా సహితుడుగా గంగలో జలక్రీడ లాడుటకు వచ్చిన అంగారపర్ణుడను గంధర్వుడు వారి నచ్చటకు రావలదని వారించెను. అర్జునుడందుల కలిగి యాగ్నేయాస్త్రముచే వానిని దగ్ధరథుని గావించి యొడిసి తెచ్చెను. అంగారపర్ణుని ప్రియాంగనయగు కుంభీనసి పతిదాన మొనర్పుడని కుయ్యిడగా ధర్మరాజు వానిని దయతలచి విడిచి పుచ్చెను. అంగారపర్ణుడు దగ్ధరథుడ నయ్యెను. గంధర్వమాయచే రత్నచిత్రితమైన రథంబు వదసి చిత్రరథుండై యర్జునుని స్నేహ మభిలషించి వానికి ముల్లోకములను వీక్షించు చాక్షుషీ విద్యయును కామ గమనంబు లయిన గంధర్వ హయంబులు నిత్తునని చెప్పి తన కాగ్నేయాస్త్ర మిమ్మని కోరెను.

అర్జునుడు తా నొరులచే విద్యావిత్తములు గ్రహింప నొల్లననియు వలసి నప్పుడు వాని హయంబులు గొందుననియు జెప్పి వాని కాగ్నేయాస్త్ర మిచ్చెను. అంగారపర్ణుని హితోపదేశానుసారము పాండవులు ధౌమ్యుని పురోహితునిగా బడసి ద్రుపదుపురమున కరిగి యొక కుంభకార గృహమున విడిసిరి

ద్రౌపదీ స్వయంవరమునకు దుర్యోధన దుశ్శాసనాది ధృతరాష్ట్రి నందన శతంబును, శిశుపాల జరాసంధ కర్ణ శల్యాశ్వత్థామాదులును, సాత్యకి సంకర్షణ కృష్ణాది యదు వృష్ణి భోజాంధక ప్రభృతి నానా దేశాధీశులును వచ్చి సముచితాసనముల బారులుదీర్చి కూర్చుండిరి. పాండవులు బ్రాహ్మణ శ్రేణిలోనుండి పాంచాలరాజు సమృద్ధిని జూచుచుండిరి. పాంచాల పుత్రి పుష్పదామాభిరామయై రంగమధ్యమున నంగజ బాణమువలె శోభిల్లు చుండెను. దృష్టద్యుమ్నుడు రాజలోకము నీక్షించి యెవ్వ డందున్న విల్లు మోపెట్టి యైదుబాణముల నమ్మత్స్య యంత్రముసు భేదించునో యాత డక్కన్నియకు వరుడగునని ప్రకటించెను. ద్రుపద నందన సౌందర్యమును జూచి యందరు నాకర్షింపబడిరి. కొంద రవ్విల్లు వంపనోపక బొడుగరచిరి. మరి కొందరు మాయా ధనువని డాయరైరి. శిశుపాల జరాసంధ శల్య కర్ణులు పరియత్నించి భంగపడిరి. అగ్రజు ననుమతంబున నర్జునుడు దాని నవలీలగ నెక్కిడి యమ్మత్స్యయంత్రమును దెగవేసెను. సురలు పుష్ప వృష్టి గురిసిరి. ధర్మజుడు నకుల సహదేవులతో నిజ నివాసమున కరిగెను, కృష్ణుడు విప్రవేషమున నున్నపాండవులను గుర్తించి బలభద్రున కెరి గించెను. ద్రౌపది విజయుని వరించి పుష్పదామముతో పూజించెను. దుర్యోధనాది భూపతులు దానిని సైపక ద్రుపదుపై నెత్తివచ్చిరి కర్ణ డర్జునుని దాకెను. శల్యుడు భీముని దాకెను. భీమార్జునులు రిపులనోడించి ద్రౌపదిని దోడ్కొని పోయిరి.

అర్జునుడు మేమొక భిక్ష తెచ్చితిమని తల్లికి నివేదించెను. ఆమె దానిని మీ రేవురు నుపయోగింపుడని నియోగించెను. పంచ పాండవులు పాంచాలిని గాంచి పంచాయుధ శర సంచాలితులైరి, లోక విరుద్ధమైన మాట తన నోట వచ్చెనని కుంతి చింతించెను. ధర్మరాజునకు గూడ ధర్మ సందేహము కలిగెను, కాని యది విధికృతమని యాతడందులకు మ్రొగ్గెను. కృష్ణుడు పరామర్శించి వారికి లగ్గగునని యుగ్గడించి చనెను, ద్రుపదుడు తన కూతుని గొని చనిన విజేత జాతి నీతి లక్షణముల నాకళించి రమ్మని ధృష్టద్యుమ్నుని, తన పురోహితుని బంపి కుంభకార గృహమున విడిసినవారు వేషభాషలం బట్టి కులీనులేకాని కులహీనులు కారని విని చాతుర్వర్ణ్యోచితములైన రథముల బంపి వారిని రప్పించెను. వారు రాజయోగ్యములైన రథములెక్కి వచ్చి రాజాసనముల గూర్చుండిరి. ద్రుపదుడు వారి కులరూపు నెరింగి కాని తన కన్యనిచ్చి వివాహము చేయజాల ననెను. ధర్మరాజు తాము పాండు పుత్రుల మనియు, తమ తల్లి కుంతీదేవి యనియు తెలిపెను. ద్రుపదుడు తన పుత్రికను విజయునకిచ్చి వివాహము చేయుట తన పుణ్యమని పొంగి పోయెను. ధర్మరాజు తనకును భీమసేనునకును వివాహమైనగాని యర్జునునకు వివాహమెట్లు చేయనగునని యడుగగా, ద్రుపదు డట్లయిన నీవే యక్కన్యను పరిణయమాడుమని వక్కాణించెను. ధర్మరాజు తన మాతృ నియోగమున నక్కన్యను తామైదుగురును వివాహమాడుదుమని చెప్పెను. అది లోకాచారము కాదని ద్రుపదుడు శంకించెను. వాని ధర్మ సందేహము నివృత్తి చేయుటకు వేదవ్యాసు డరుదెంచి రహస్యముగా నతనికి పంచేంద్రోపాఖ్యానము చెప్పెను.

తొల్లి నాలాయనియైన యింద్రసేన మౌద్గల్యుడను కుష్ఠ మునికి భార్యయై వాని పెనువ్రేళ్లు పడిన యన్నము సేవగించుకొనక యతని యుచ్ఛిష్ట మిష్టరీతి భుజించెను. మౌద్గల్యుడు దాని పతిభక్తికి మెచ్చి నీ యభీష్ట మీడేర్చెద వేడుమనెను. ఆమె యాతనిని రమణీయ దేహ పంచ

కముతో తన్ను రమింపుమని కోరెను. అమ్మని యామె నట్లే బహు విధముల క్రీడించి బ్రహ్మలోక గతుడయ్యెను. ఆమె కామభోగముల దనియక కాలవశమున శరీరము విడిచి కాశిరాజను రాజర్షికి పుట్టి చిరకాల కన్యాత్వమున శివుని గూర్చి తపస్సు చేసెను. ధర్మవాయు వాసవాశ్వినులామెను జూచి మోహించిరి. ఆమెకు శివుడు ప్రత్యక్షమై వరము కోరుకొమ్మనెను. ఆమె పతి దానము ప్రసాదింపుమని పశుపతి నైదు మారులు వేడెను. అతడట్లే ప్రసాదించి యింద్రుని దోడ్కొని రమ్మనెను. ఆమె గంగాతీరమున కరిగి విలపించు చుండగా నామె కన్నీళ్లు కనక కమలములగుట జూచి యామె వృత్తాంతము నరయ గోరిన పురందరు డామె పిఱుందన వచ్చి హిమాచల కందరము సొచ్చి యందు తన వంటివారల నలుగుర జూచి వెఱగొందెను. శివుని పంపున నయ్యింద్రు లేవురును ధర్మానిల శక్రాశ్వినుల యంశలతో ధర్మజ భీమార్జున నకుల సహదేవులుగా పుట్టిరి. అయ్యింద్రులేవురకు నేక పత్నిగా తపంబు చేసిన శ్రీదేవి యాజ్ఞసేనిగా పుట్టెను ఇది దైవాధిష్ఠితమని వ్యాసుడు ద్రుపదునకు దివ్యదృష్టినిచ్చి వారల పూర్వ రూపములు దర్శింపజేసెను. ద్రుపదుడు మెచ్చి ద్రౌపదిని ధర్మజ భీమార్జున నకుల సహదేవులకిచ్చి మహావైభవముగా వివాహ మహోత్సవము జరిపించెను.

వ్యాఖ్య:— మనము తిన్న యన్నము ఆధ్యాత్మిక వైశ్వానరాగ్నియందాహుతమై అగ్ని పరిపాకవశమున రసముగా ద్రవించి సూక్ష్మరూపము నొందగా ఓజస్సు - మనస్సు అను రెండు దివ్య ధాతువు లుత్పన్నమగును. "అన్నమయంహి సోమ్యమనః" (ఛాందో) అన్నము రసముగా ద్రవించు స్థానము ద్రు + పదము = ద్రుపదము. ఇదే ద్రుపదుడు. అన్నరూప సోమము వైశ్వానరాగ్ని యందాహుతి యగుట యజ్ఞము. "అగ్నౌ సోమాహుతిర్యజ్ఞః" విక్షేపణాకర్షణ ప్రాణరూపులగు ఇంద్ర విష్ణువులు దీనిని నిర్వహింతురు. ఇంద్ర విక్షేపణము వలన అన్నాదాగ్నినుండి అర్క-

బయలు దేరును. విష్ణువన్నము నాకర్షించి యగ్నియందాదానము చేయును. "వైష్ణవంహి హవిర్ధానమ్" (శత). ద్రుపద యజ్ఞమునకు యాజోప యాజులు నెరపిన యాజకత్వ మిదియే. యజ్ఞసేనుడు ద్రుపదుడు. యజ్ఞము నందలి అగ్ని షోమాత్మక సూత్రమే సౌత్రామణి. "సహయజ్ఞాః ప్రజాః సృష్ట్వా పురోవాచ ప్రజాపతిః" (గీత). యజ్ఞవశమున బుట్టు శరీర ధాతువులు ప్రజలనబడుదురు. అన్నజనితమైన సూక్ష్మ ధాతువగు ప్రాణబలమును ఓజస్సు అందురు. ఈ బలము ద్యులోక గమన యోగ్యమైనది కనుక ద్యు + మ్న (మనః) = ద్యుమ్నమని పేరొందెను. ఇది నాలుగు విధములు:-1. ప్రద్యుమ్నము-భూలోక గమన యోగ్యమైనది. 2. సుద్యుమ్నము-చంద్రలోక గమన యోగ్యమైనది. 3. ఇంద్రద్యుమ్నము-ఇంద్రలోక గమన యోగ్యమైనది. 4. ధృష్టద్యుమ్నము-ద్రుపద సంజాతమైనది ఇది నిశ్చయాత్మకముకాదు; సంకల్ప వికల్పాత్మకము. ధృష్ట + ద్యుమ్నము నందు ధృష్టభాగము వికల్ప భాగము; అనుచిత సాహసము కలది. ఇది చిత్తము వంకకు గమనముచేయు లక్షణము గలది. ఇది మనోవృత్తులను చిత్తమందు జేర్చి దాని నవరోధము గావించి యాకృతివి చెరచును. కనుక "యోగః చిత్తవృత్తి నిరోధః" అని యోగశాస్త్రము విధించినది. ద్యుమ్నభాగము సంకల్ప భాగము; ధీయుక్తము. కనుక ద్యులోక గమన యోగ్యమైనది. ధృష్టద్యుమ్నము గుణదోషములు రెండును గల నిప్పువంటిది.

ద్రుపదమున జరిగినది అన్న యజ్ఞమే. ఈ యజ్ఞమునుండి పుట్టినదే యాజ్ఞసేని ద్రౌపది. అన్నము నుండి ఓజస్సునకు పిమ్మట మత్పన్నమగునది మనస్సు. మనశ్శక్తియే ద్రౌపది. అగ్నిమయు సోమము కృష్ణమగుటచే ద్రౌపది కృష్ణయని పేరొందెను. ద్రుపదుని అన్న యజ్ఞము నుండి పుట్టిన ద్రౌపది అంతర్యజ్ఞ సంజాత కావున అయోనిజ యాయెను.

ద్రౌపదీ స్వయంవరము కృత్రిమము. ద్రౌపది నర్జునున కిచ్చుటకు ద్రుపదుడు కృతనిశ్చయుడై యున్నాడు. అతదందులకే యజ్ఞము చేసినాడు. పాంచాలి పరిణయ వయః ప్రాప్తయైనది. అప్పుడు పాండవులు లక్కయింట మడిసి రవి వార్త పొక్కినది. ద్రుపదుడు ద్రౌపది నొరుల కెట్లిత్తునని దుఃఖించి నాడు. పాండవులు లక్కయింట దగ్ధులు కాలేదని విదగ్ధులు చెప్పిరి. వారి యుపశ్రుతిలబట్టి ద్రుపదుడు ద్రౌపదీ స్వయంవరమును చాటించెను. అజ్ఞాతముగనున్న పాండవులజాడ నెరుంగుటకే స్వయంవర ప్రకటన మొక వ్యాజము కావున నిది కృత్రిమము. అనన్య భేద్యమగు మత్స్య యంత్రి మర్జునుని రప్పించుట కుద్దేశింప బడినదే !

పాంచాలీ స్వయంవరము పాండవుల నేకచక్రపురము నుండి కదిపి నది. ఏకత్వమును విడిచి బహుత్వమును పొందుటయే ద్వితీయా పరిగ్రహణోద్దేశము కదా! గంగాతీరమున నంగారపర్ణుడను గంధర్వుడు అర్ధరాత్రి ముహూర్తమున వచ్చిన పాండవ బ్రహ్మచారుల స్నాతక వ్రతమును భంగ మొనర్ప జూచెను. చంద్రమండలము నందలి గంధర్వ ప్రాణము సోమరక్షక మగుటచే నంగారపర్ణుడు పాండవులను సోమశ్రివ తీర్థమునకు రావలదని యటకాయించినాడు. మరణానంతరము గంధరూపము నొందు జీవుని యవస్థయే గంధర్వ ప్రాణము. "గంధమర్వతీతిగంధర్వః" అని నిరుక్తి. ఇది పునర్జన్మకు కారణము. ఇది సోమతత్త్వము కనుక నర్జునుడాగ్నేయాస్త్రముచే నంగార పర్ణుని దగ్ధరథుని గావించినాడు. సంస్కార గంధము సత్పుణశీలము గలది కనుక సర్వాంగనయగు కుంభీనసి గంధర్వు డగు తన పతిని రక్షింపుడని వేడినది. అది ధర్మమే కనుక ధర్మరాజు రక్షించెను.

"శరీరం రథమేవతు" అని కాఠక శ్రుతి. శరీర రథ మగ్ని దగ్ధ మైనను గంధర్వ ప్రాణముచే శరీర చిత్రములు పునఃఖచితములగు

చుంతుము. అంగారపర్ణుడు చిత్రరథుడగుటలోని విచిత్రమిదే. అతడర్జునునకు చాక్షుషీ విద్యయు గంధర్వ హయములు నిత్తుననెను. చాక్షుషీ విద్య బడసినవాడు మూడు లోకములు చూడగలడు. ఇది మనువు నుండి పరంపరాగతముగ గంధర్వపతియగు విశ్వా వసువునకు లభించెను. ఇది కాపురుషులకు ఫలింపదు. ఇందులో నొక రహస్యమున్నది. లోక చక్షువు సూర్యుడు. ఈ చక్షువు మూడు లోకములను చూడగలదు. "చక్షోః సూర్యో౽జాయత" (ఐత). చక్షువునందలి మనస్సును చాక్షుష మను వందురు. మనువనగా మనస్సు. అందలి యంతరములే మన్వంతరములు. అందు చాక్షుష మనువు నుండి వచ్చినది చాక్షుషీ విద్య. చక్షువుతో జూచిన విషయములు మనస్సుచే గ్రహింపబడి సంస్కారరూపము నొందును. దీనిని విద్య యందురు. "సంస్కారావచ్ఛిన్న జ్ఞానం విద్యా" అని నిర్వచనము. విద్యా గంధమును వహించునది గంధర్వ ప్రాణము కనుక గంధర్వపతియగు విశ్వా వసువు చాక్షుషీ విద్య బడసినాడు. చంద్రుని మనోశయగు శ్రద్ధా సూత్రము ద్వారా విద్యా గంధ సంస్కారమును బొందిన వారికిది లభించును. చంద్ర వంశీయుడగు నర్జునుడు మనస్స్వరూపుడు. మనస్సు దాని సంస్కారమునే కాని యొరుల సంస్కారమును బడయ నేరదు. కావున నర్జును డంగార పర్ణుని చాక్షుషీ విద్య గ్రహింపలేదు. కామ గమనంబులగు నింద్రియములే గంధర్వ హయములు. "ఇంద్రియాణి హయాన్యాహుః" (కఠ). కావున నర్జునుడు గంధర్వ హయముల గొందుననెను. అంగారపర్ణుని మాటపై పాండవులు ధౌమ్యుని పురోహితునిగా బడసిరి. ధూమ మనగా పొగ. ధూమ లక్షణముగల అగ్నియే ధౌమ్యుడు. పురమగు శరీరమునకు హితము చేయునది కనుక బ్రహ్మతత్త్వమగు నగ్నిని పురోహితుడందురు. "అగ్నిమీడే పురోహితమ్" (ఋక్).

పాండవులు పాంచాలపురమున కరిగి యొక కుంభకార గృహమున విడిసిరి. కుంభకారుని ఘటసృష్టియు విధాతృని విశ్వ సృష్టియు సమాన

ధర్మములు గలవి కనుక వేదవేత్తలగు ఋషులు కుంభకారుని ప్రజాపతి యనిరి. "ప్రాజాపత్యమే తత్కర్మ యదుఖా" - "ఇమేవైలోకా ఉఖా" (శత). విశ్వరూప ఘటమును చయన యజ్ఞమందు "ఉఖా" యందురు. వివాహము ప్రజాపత్య వ్యవస్థకు సంబంధించినది కావున పాండవులు కుంభకార ప్రజాపతి గృహమున విడిది చేసిరి ద్రౌపదీ స్వయంవరమునకు దృపదు డొక మత్స్యయంత్రము నమర్చెను. అది గాలిచే నాకాశములో దిరుగు చుండును. క్రింద నీటిలో దాని ప్రతిబింబమును జూచుచు విల్లు మోపెట్టి వైహాయన లక్ష్యమగు యంత్రమత్స్యము నైదు బాణముల నేయవలెను. ఇదియొక చమత్కార యంత్రము. పరమేష్ఠి యందలిమహదాత్మ శుక్రరూప జలమునందు సన్నివేశమై జీవ శరీరమునందు మనో రూపమున ప్రతిబింబించును. ఇది సంస్కారవశమున భావాకాశములో సంచరించు చుండును. పాంచ భౌతికశరీరమునందు ప్రతిబింబించిన జీవాత్మను లక్షించి ఈశ్వరాత్మ లక్ష్యమును సాధించుటయే మత్స్య యంత్రములోని మర్మము. దీని నెవ్వరును భేదింపలేకపోయిరి. ఇది యేకాగ్ర మనస్సునకే సాధ్యము కనుక నర్జునుడు పంచబాణములను సంధించి మత్స్య యంత్రమును భేదించినాడు. మారువేషములో నున్న పాండవులను శ్రీకృష్ణు డెరుగును అతడచ్చటనే యున్నాడు. కావున ద్రౌపదీ స్వయంవరము భగవత్ సాక్షిగా జరిగినదే. దాని నెవ్వరు నాపలేక పోయిరి.

మనశ్శక్తియగు ద్రౌపదిని మనస్స్వరూపుడగు నర్జునుడే సాధించినాడు. భర్త శక్తియే భార్యయని ఆర్ష సిద్ధాంతము. ఈశ్వరావ్యయుని పంచ కళలగు ఆనంద విజ్ఞాన మనః ప్రాణ వాక్కుల ప్రవరకు జెందినవారే పంచపాండవులు. ఇందు మనస్సు ఏకైక స్వతంత్ర వస్తువా?కాదు. సృష్టి యందు ప్రాణవాక్కులతోడను మంక్తియందు విజ్ఞానానందములతోడను గూడును. ఇవి అవినాభావ సంబంధము గలవి. అట్టియెడ ద్రౌపది

నర్జును డొక్కఁడు నెట్లు స్వీకరింపగలఁడు ? కనుకనే కుంతి దానిని మీ రేవురు నుపయోగింపుడని చెప్పినది. ఇది లోక విరుద్ధమని ద్రుపదు డంగీకరింపలేదు. వ్యాసు డతనికి ద్రౌపదీ పూర్వజన్మ వృత్తాంతము చెప్పి యొప్పించెను.

ద్రౌపది పూర్వజన్మమున నాలాయనియైన యింద్రసేన. శ్రీదేవి యైన నారాయణియే నాలాయని. (రలయో రభేదః) " శ్రీర్వై శిరః " అను నిరుక్తిం బట్టి శిరస్సు నందుండునది శ్రీదేవి. శిరస్సు జ్ఞానేంద్రియ వికాసభూమి కనుక నాలాయని యింద్రసేన యనబడెను ఈమె భర్త మౌద్గల్యుడు. ముత్ + గళము = మోదమొందింపజేయు గళము గలవాడు మౌద్గల్యుడు. ఇతని కుష్ఠరోగము భవరోగమునకు నిదానము. "కౌతిష్ఠతీతి కుష్ఠం" ఈ భౌతికావస్థ వికార శర సృష్టికి జెందినది కనుక వికృత స్వరూపము గలది ఇది అన్నాద యజ్ఞము నుండి వెలసినది. శరబ్రహ్మ తన ప్రవర్గ్యముచే విశ్వోత్పత్తి చేయుచున్నాడు. ఈ ప్రవర్గ్యమునే యుచ్ఛిష్ట మందురు. "ఉచ్ఛిష్టాత్సకలం జగత్" నాలాయనియైన యింద్రసేన యుచ్ఛిష్టమం నిష్టలీల భుజించుట దీని కుపలక్షణమే. ఇంద్రుడు భోగాయతనమగు శరీరమంతటను వ్యాపించి తన యింద్రియములచే సర్వ భోగముల ననుభవించును. కావున యింద్రసేన మౌద్గల్యుని రమణీయ దేహ పంచకముతో తన్ను రమింపుమని కోరినది. ఆమె యభీష్టానుసార మతడట్లే రమించి పరలోక గతుడయ్యెను. ఇంద్రసేన కామభోగములం దనియక కాశిరాజు కూతురుగా పుట్టి తపస్సుచేసి ఐదుమారులు పతి యని పశుపతిని వరము కోరినది. అతడట్లే ప్రసాదించెను. శ్రీదేవి శిరస్సు నుండి కాశి యనబడు భ్రూమధ్యమును జేరుటచే కాశిరాజు కూతురైనది. ఇంద్రుడు గంగాతీరమున విలపించుచున్న యామెను మోహించి వచ్చి హిమాచల శిఖరమెక్కి పంచధా విభక్తుడై ధర్మానిల శక్రాశ్వినుల రూపములొంది "ఏ నిట్టి లేకో యేను ప్రకారంబు లయితి"నని విన్నయ

మొందెను. శివుని పంపున ధర్మానిల శక్రాశ్వినులు ధర్మజ భీమార్జున నకుల సహదేవులుగా మనుజ యోని బుట్టిరి. ఇంద్రపంచకమున కేక పత్నిగా తపస్సు చేసిన శ్రీదేవి ద్రుపద యజ్ఞమున యాజ్ఞసేనిగా పుట్టినది.

పాంచాలి పంచభర్తృత్వము నాక్షేపించువారు పెక్కురు గలరు. సనాతన పండితులకుగూడ నంతరాంతరములో నీ సందేహము లేకపోలేదు. ఇందుకు సంబంధించిన ప్రశ్నా పరంపరలు భారతములోనే రేకెత్తింపబడినవి. కొందరు విమర్శకులు నాలాయని యొకజాతి యనియు, ఆర్యుల కాలములో నా జాతియందు బహు భర్తృత్వము సదాచారముగా నుండెడిదనియు వ్యాసుడట్టి దృష్టాంతములను జూపి యీ యాచారమును సమర్థించెననియు ఇట్టిది నేటికిని కొన్ని యనాగరిక జాతులలో గలదనియు చారిత్రక దృష్టితో సమన్వయింప జూచుచున్నారు. ఇది సరికాదు. ఏలయన బహు భర్తృత్వము ఆనాడు కాని ఈనాడు కాని మరి ఏనాడుకాని సదాచారమని యెవ్వరు నంగీకరింపరు. ఒకవేళ నిది యనాగరక జాతులలో నుండి యుండు నను కొన్నను పాంచాలి యట్టిది కాదుగదా? 'ఇది లోకమున లేనియది యేమి సేయంగనగు' నని కుంతియే చింతించినది. కన్యాదాతయగు ద్రుపదుడు కూడ

క॥ " ఒక్క పురుషునకు భార్యలు
పెక్కండ్రగు టెందుఁగలదు పెక్కండ్రకు నా
లొక్కత యగు టే యుగముల
నెక్కథలను వినియు నెఱుఁగ మెవ్వరివలనన్!"

అని వక్కాణించినాడు. పూర్వ జన్మమున నాలాయనియైన ద్రౌపదికి శివుడు ప్రత్యక్షమై నీకు దేహాంతరమున నేవురు పతులగుదురని వరమిచ్చి నపుడు -

ఆ॥ "సతికి నొక్కరుండ పతిగాక యొందును
బతులు పలువు రపుడు కతలఁగలదె

లోకనాథ యిట్టి లోక విరుద్ధంపు
వరము వదయ నమర వరద యొల్ల"

అని నాలాయనియే వెల్లడించినది. కావున విది యానాటి నాలాయన జాతిలో గల యాచారమనుట సత్యదూరము. ఇది లోకవిరుద్ధ విషయము కావుననే వ్యాసుడు ద్రౌపదీ పూర్వజన్మ వృత్తాంతమును ద్రుపదునిచే దర్శింపజేసి యొప్పించినాడు. ద్రౌపది కిది శివుడు ప్రసాదించిన ప్రత్యేక వరము కావుననే కృష్ణుడు, కృష్ణద్వైపాయనుడు దీని నామోదించిరి.

ఇందలి రహస్యమేమనగా - దేహ దృష్ట్యా పాండవు లైదుగు రందురే కాని తత్త్వతః ఒక్కడే. అతడే నరుడు; అర్జునుడు. అతడొక్కడే పంచవిధముల భాసించువాడు. అర్జునుడే శ్రీకృష్ణునితో తమ ఏకత్వమును గూర్చి యిట్లు చెప్పినాడు. "ధర్మతనయ భీముఁడును నేను మాద్రి నందను లును బాంచాలియును నేకచిత్తులం మనము వినుము." (మౌసల - 124)

ప్రజ్ఞాన మనస్సే పంచేంద్రియములం దనుగతమై తదాకారా కారితమగును. వేర్వేరు రంగులు గల యద్దములందు సూర్యరశ్మి భిన్న భిన్న వర్ణములు గలదైనట్లు, ఒకటేయగు ప్రజ్ఞానాత్మ ఆయా యింద్రియము లందు భిన్నభిన్న గుణములు గలదిగా విష్పన్నమగును. ఈ యైతరేయ వచన మరయుడు :-

"కోఽయమాత్మేతి వయ ముపాస్మహే. కతరః స ఆత్మా.
యేనవా పశ్యతి. యేనవా శృణోతి. యేనవా గంధా
జిఘ్రతి - యేనవా వాచం వ్యాకరోతి - యేనాస్వాదు
చాస్వాదుచ విజానాతి - యదేత ద్హృదయంమనశ్చైతత్" -

వ్యాసుడు ద్రుపదునకు జెప్పిన పంచేంద్రోపాఖ్యానము దీనికి వ్యాఖ్యానమే. "యదక్షరం పంచవిధం సమేతి" అను శ్రుతి చొప్పున నొకే యింద్రుడైదు విధము లయ్యెను. "మనః షష్ఠానీంద్రియాణి" అను గీతావాక్యము కర్ణునితో ఆరగు పంచపాండవుల కన్వయించును. మనశ్శక్తి పంచేంద్రియములతో గూడును గనుక పాంచాలి పంచభర్తృక యైనది. ఇది వైజ్ఞానిక తత్త్వ ప్రదర్శనముగాని లోకాదర్శము కాదు. అట్లని యిది భౌతికముగా జరుగలేదని యర్థము కాదు. భారత కాలమున దైవాసురాంశలతో భూమియందవతరించిన ఆయా పాత్రల భౌతిక చరిత్ర తత్త్వానుగుణముగ నట్లే జరిగినది. అది దైవాధిష్ఠితము. అది యంతే.

29. పాండవు లింద్రప్రస్థమున నుండుట

పాండవులు పాంచాలిని పరిణయమాడి పాంచాల దేశమున సమస్త
భోగముల ననుభవించు చున్నారని విని దుర్యోధనుడు వారిని భేదింపనెంచి
తండ్రితో నాలోచించెను. ద్రుపదుడు పాండవులను విడుచునట్లు వేరుచేసి
కాని కౌంతేయులకు మాద్రేయులకు భేదము కల్పించికాని, అందకత్తెలను
పాండవులకంటగట్టి ద్రౌపదిమీద విరక్తి పుట్టించికాని, పంచ భర్తృత్వము
బాధాకరమని పాంచాలి ప్రేమను ద్రుంచికాని, భీముని వధించి కాని దుర్యో
ధనుడు పాండవులను బలవంచితుల జేయనెంచెను. కర్ణుడిట్లు వచించెను.
అభిమత సంబంధుడైన ద్రుపదుడు పాండవులను విడువడనియు. ఏకపత్ని
యందు ఏకైకానురక్తులగు పాండవులకు ద్రౌపది మీద విరక్తి కలుగుట
యసంభవమనియు, పంచ భర్తృత్వము పాంచాలి వాంఛితమే కావున నామె
ప్రేమ వంచితము కాదనియు, మున్ను భీమునియెడ నుపాంశు వధలు వృధా
యయ్యెననియు. కావున దండోపాయమే యుద్దండమైనదనియు కర్ణుడు నిర్ణ
యించెను. ధృతరాష్ట్రునకు కూడ పాండవులపట్ల భేదబుద్ధియే కలదు. భీష్మ
ద్రోణ విదురులు దుర్యోధనుని దురభిప్రాయమెరిగి పాండవులతో విగ్రహిం
చుట ప్రమాదకరమనియు, వారి కర్ధరాజ్యమిచ్చి గ్రహించుట ప్రమోదకరమ
నియు బుద్ధి గఱపిరి. వారల యభిమతానుసారము ధృతరాష్ట్రుడు పాండవు
లను దోడ్కొని వచ్చుటకు విదురుని బంపెను. పాండవులు కుంతీ ద్రౌపదీ
సహితముగ వాసుదేవ ధృష్టద్యుమ్నులు సేనా సమన్వితులై తోడ రాగా
హస్తినాపురమున కరుదెంచిరి. ధృతరాష్ట్రుడు ధర్మరాజును అర్ధరాజ్య
మున కభిషిక్తుని చేసి పాండవులను ఖాండవ ప్రస్థమున నుండుడని పంచెను.

శ్రీకృష్ణుని యాదేశమున పాండవులకు దేవ శిల్పియగు విశ్వకర్మ
ఇంద్రప్రస్థ పురమును నిర్మించెను. అందు ధర్మనందనుడు మహానంద
ముగా రాజ్యమేలుచుండ నారదుడేతెంచి యేకపత్ని కారణముగా మీ
యేవురిలో భేదము పుట్టకుండ నియమమొండు పాటింపుడని హితోపదేశము

చేసెను. అందుల కొడంబడి పాండవులు ద్రౌపది నొక్కొక్కరు నొక్కొక్కయేడు తమ యింట నుంచుకొనునట్లును తక్కిన వారక్కడకు చనకుండునట్లును చనినచో పంద్రెండు నెలలు తీర్థసేవ చేయునట్లును సమయము చేసిరి.

వ్యాఖ్య :- పాండవులు లక్కయింట చావలేదన్న వార్త విన్న తరువాత కూడ దుర్యోధనుడు వారి దైవబలమును గుర్తింపలేదు - గుర్తించినను లెక్కపెట్టలేదు. అతడు వారిని భేదోపాయముచే బలవంచితుల గావించుటకెన్నో ప్రక్కదారులు త్రొక్కినాడు. అన్నరస స్థానీయుడు ద్రుపదుడు; అన్నశక్తి ద్రౌపది. అన్నశక్తిని గ్రహించు జ్ఞానేంద్రియములు పాండవులు. అట్లగుటవలన ద్రుపద ద్రౌపదీ పాండవులకు గల అన్నసంబంధమైన యన్యోన్యానుబంధము విడదీయరానిది. దీనిని భేదింపనెంచిన దుర్యోధనునకు దురాలోచనయే కాని దూరాలోచనలేదు. కర్ణుడు భానుసూనుడగుటచే వక్రమార్గముకంటె విక్రమ మార్గము సక్రమమైనదని విగ్రహ వాక్యములు పలికినాడు. ధృతరాష్ట్రునకు గూడ పాండవులపట్ల దుర్బుద్ధియే కాని సద్బుద్ధి లేదు.

"పలుకులఁ జెయ్యులఁ బాండవులకుఁ బ్రీతి
గలయట్లు యుండుదుఁగాని నాదు
హృదయంబు విదురున కెన్నండు నెఱఁగింప"

నని తన గుట్టు బయట పెట్టినాడు. మాటలకు చేతలకు మనోభావమునకు పొంతన లేనివాడు కుత్సితుడు. ధృతరాష్ట్రుని మాటలలో జీవుని యాంతరంగిక దోషప్రవృత్తి ప్రతిధ్వనించు చున్నది. ధర్మవిదులగు విదురాదులు దీని మర్మమెరుగుదురు. జ్ఞాన క్రియా శక్తుల సమన్వయము సుఖప్రదము. జ్ఞానశక్తి నణచి వేయుట నాశనకరము. కావున జ్ఞానవంతులగు పాండవులతో విరోధించుట కంటె వారి కర్థరాజ్యమిచ్చి చేరదీయుట శ్రేయ

స్కారమని భీష్మ ద్రోణ విదురులు ధృతరాష్ట్రుని మందలించిరి. ధృతరాష్ట్రునకు లోపల గిట్టక పోయినను, పైకి ధర్మమునకు కట్టుబడవలసి వచ్చినది. జ్ఞానవంతులగు పాండవులను జ్ఞానియగు విదురుడే తోడ్కొని వచ్చినాడు. శ్రీకృష్ణుడు పాండవులతో హస్తినాపురమునకు వచ్చుట వారి దైవబలమును సూచించు చున్నది.

“అర్ధంవై ప్రజాపతే రాత్మనో మర్త్యమాసీదర్ధమమృతమ్” అను శ్రుతి చొప్పున నాత్మయందు సగము మర్త్యము, సగమమృతము. ఇందు మర్త్యభాగమసురులకు, అమృతభాగము దేవతలకు చెందును. అందువలన ధృతరాష్ట్రుడు పాండవుల కర్ధరాజ్యమిచ్చెను. ఖండభావముచే దీనికి ఖాండవప్రస్థమని పేరు కలిగెను. ఇందు వాసుదేవుని సంకల్పానుసారము దేవశిల్పియగు విశ్వకర్మచే ఇంద్రప్రస్థపురము నిర్మింపబడినది. ఇది యింద్రునకు స్థానము కనుక దీని నింద్రప్రస్థమందురు. ఇది జ్ఞానేంద్రియ వికాసభూమి కావున నిందు పాండవులు వసించిరి.

అన్న శక్తి పంచేంద్రియములకు పంచబడును. కాని యే యింద్రియము దాని పనినే చేయును కాని మరియొకదాని పని చేయదు. కన్ను చూచునే కాని వినదు; చెవి వినునే కాని చూడదు. ఇంకను సుసూక్ష్మముగ పరిశీలించినచో ఒకే యింద్రియము ఒకే సమయములో రెండు పనులు చేయజాలదు. ఒకేసారి కన్ను రెండు వస్తువులను చూడలేదు. చెవి యొకేమారు రెండు శబ్దములను వినలేదు. ఒకే శక్తి ఒకే వేళ ఒకే యింద్రియమునకు నియతము. కావున ద్రౌపదిపట్ల నియమపాలన మవసరమని నారదుడు పాండవులకు హితోపదేశము చేసినాడు. ఇంద్రియములు తమ తమ కార్యములందు ఏకోద్దిష్టములు కనుక పాండవు లొక్కొక్కరు ద్రౌపదితో నొక్కొక్క యేడు కూడి యుండునట్లు సమయము చేయుట సమయ సముచితము. ఇది ప్రకృతి ధర్మమర్మము.

30. అర్జునుని తీర్థ యాత్ర

ఒకనాడొక బ్రాహ్మణుడు తన గోవును దొంగ లెత్తుకొని పోయి నారని యాక్రోశింపగా విని అర్జునుడు విల్లు తెచ్చుకొనుటకు ద్రౌపదీ సహితుడై యున్న ధర్మజు నాయుధాగారము సొచ్చి సమయ భంగ మొనర్చుటచే నొకయేడు తీర్థయాత్రలు సేయుట కేగెను.

అర్జునుడు హోమము చేయుచు గంగాతీరమున కొన్ని దినములు వసించెను. ఒకనాడు ఆహ్నిక విధులొనర్చుటకు జాహ్నవీ నదిలో స్నానము చేయుచున్న సవ్యసాచిని జూచి ఉలూచి యను నాగకన్యక రాగపరవశయై వానిని నాగలోకమునకు లాగికొనిపోయి తన రమ్య హర్మ్యమున నుంచెను. ఇంద్రనందను డా రాత్రి భోగి భువనంబున నా భోగవతిని భోగించి యామెయందు ఇరావంతుడను కొడుకును బడసెను.

అర్జునుడు తూర్పుతీరము వెంబడి దక్షిణమునకు వచ్చి మణిపూరు రాజగు చిత్రవాహనుని పురమునకేగి యంగజ రాజ్యలక్ష్మి యనంగ నొప్పు వాతని పుత్రికయగు చిత్రాంగదను వివాహమాడి యామె యందు బభ్రువాహనుడను పుత్రుని బడసి వానిని చిత్రవాహనునకు వంశోద్ధారకునిగా నిచ్చి యటనుండి పశ్చిమ సముద్ర పార్శ్వమునగల ప్రధాన తీర్థముల కరిగెను. అచ్చటకు ద్వారక చేరిక యనివిని క్రీడి యందులకేగి గోవిందుని సందర్శించి జన్మ సాఫల్య మొంద గోరెను. మరియు నతడు భద్రేభగమన యగు సుభద్రా రూపముద్రితమైన తన మనోభీష్టము మాధవుని దయ వలన సిద్ధించునని యాకాంక్షించెను. ఒరులు తన్నెరుగకుండ నతడు తన మనోరథ సిద్ధికి కృతక యతివేషమును ధరించి నిశ్చల భక్తితో చిత్తమున పురుషోత్తముని ధ్యానించెను. భక్త సులభుడగు వాసుదేవుడు వాసవ నందనుని యాశయ మెరిగి విచ్చేసి వానిని ద్వారకా నగరమునకు తోడ్కొని పోయి రైవతకాచల కందరమున నుంచి తదుత్సవమును పురమున ఘోషింప బంచెను.

భూధరోత్సవమునకు యాదవులెల్ల సరిగిరి. బలదేవాదు లింద్ర నందనుని అతీంద్రియ శక్తులుగల యతీంద్రునిగా భావించి భక్తి ప్రపత్తులతో చాతుర్మాస్య వ్రతమున కాహ్వానించి కన్యాంతఃపురమునకు గొనిపోయి తత్పరిచర్యలకు సుభద్రను బంచిరి. కృష్ణు డయ్యిరువుర యన్యోన్య ప్రణయము లెరింగి దేవకీ వసుదేవులకు చెప్పి శివపూజా వ్యాజమున బలదేవాదుల నంతర్ద్వీపమునకు బంపి దేవేంద్ర సహితముగా ఋషి దేవగణముల రావించి బృహస్పతి పెట్టిన శుభలగ్నమున సుభద్రార్జునుల వివాహమును మహా వైభవముగా జరిపించి కానుకలిచ్చి వారలను కాంచన రథం బెక్కించి యింద్రప్రస్థపురమునకు బంచెను. బలభద్రాది యాదవ వీరులు కోపోద్రిక్తులై యర్జునుని గూర్చి తర్జన భర్జనలు చేసిరి. కాని కృష్ణుడు వారిని సహిష్ణుల జేసెను. సుభద్రార్జునుల కభిమన్యుడు పుట్టెను. ద్రౌపదికి పాండవుల వలన ప్రతివింధ్య శ్రుతసోమ శ్రుతకీర్తి శతానీక శ్రుతసేనులను పంచోపపాండవులు పుట్టిరి.

వ్యాఖ్య:- భిన్న భిన్న దృశ్యములతో గూడిన చరాచర సృష్టి యంతయు నొకానొక నియత నియమాధారమున జరుగుచుండుట లోకసిద్ధ ప్రత్యక్ష విషయము. ఈ నియతి చయమే పాశ్చాత్యుల "నేచరు" (Nature). సూర్య చంద్ర పృథివీ పశు పక్షి క్రిమికీటకాదులెల్ల నియత భావారూఢములే. సృష్టియందలి ప్రకృతి నియమము నుల్లంఘించువాడు మనుష్యుడొక్కడే! "నైవ దేవా అతిక్రామంతి, న పితరః, న పశవః మనుష్యా - ఏవైకే అతిక్రామంతి" (శత). ఈ ప్రకృతి నియమోల్లంఘనము మనుష్యునకేల కలుగవలెనన్నచో "అనృత సంహితావై మనుష్యాః" అని శ్రుతి సమాధానము చెప్పినది. అంతే కాదు "సత్య సంహితావై దేవాః" అని కూడ వాకొన్నది. మానవుని యీ అనృత స్వభావమునుబట్టి అర్జునుడు ధర్మరాజు నింటికేగి సత్యమర్యాదోల్లంఘనము చేయవలసిన వాడయ్యెను. ఒరులెరుగని తన-మనసెరుగని కల్ల యుండదు కావున మానవుని ప్రజ్ఞాప

రాధము బుద్ధిపూర్వకమైనదే కాని పొరపాటు కాదు, "అనిచ్ఛన్నపి వార్ష్ణేయ బలాదివ నియోజితః" అన్నట్లు నరుడు తన కిష్టము లేకపోయినను బలాత్కారముగ తప్పు చేయుటకు ప్రేరేపింపబడుచున్నాడు. అర్జునుని సమయభంగ మిట్టిదిగాదే నిజమున కిదియొక దోషమే కాదు. ఏలయన బ్రాహ్మణత్వ - గోత్వములచే జ్ఞానక్రియ లభిప్రేతములు. గో బ్రాహ్మణ సంరక్షణము నరుని విధ్యుక్తధర్మ మగుటచే అర్జునుడు సమయభంగము చేయుటకు బుద్ధిపూర్వకముగా సాహసించినాడు. దీనిని ధర్మరాజుకూడ సమర్థించినాడు. అయినను వ్యాజముచే ధర్మమును పాటించుట కిష్టములేక అర్జునుడు తన సమయభంగమునకు ప్రాయశ్చిత్తముగ ప్రవాసమున కేగినాడు.

భారతీయులకు తీర్థయాత్రలు. పుణ్యప్రదములు. యా=యానమునందు; త్ర=రక్షణ కలిగించునది యాత్ర. జీవిత యాత్రయందలి రక్షణ తీర్థయాత్ర యందలి పవిత్రోద్దేశము. మానస భావయుక్తములు కాని తీర్థయాత్రలు ప్రయాన మాత్రములు.

చ॥ బిసరుహపత్ర నేత్రతక కృపీటములందు మునింగి యాడవే
మొసళులు మీలు కర్కటకముల్ కమఠంబులు వానికబ్బునే
యసదృశమైన మోక్షపథ మట్టివిధంబసుమీ తలంప మా
నసమగు తీర్థమాడని జనంబులకున్ బహు బాహ్యతీర్థముల్॥
(కాశీ)

అర్జునుడు మనస్వియగుటచే నతనికి తీర్థయాత్రలు కళ్యాణ కారణములైనవి. ఉలూచి యను నాగకన్యక యర్జునుని వలచి యథో లోకమునకు గొనిపోయినది. ఈమె కౌరవ్యుని పుత్రిక యగుటచే కర్మజనిత వాసనా సంస్కారమునకు జెందినది. దీనిది యథోగతియే. మనసునకు తెలియకుండగనే వాసనలు పట్టును. ఉలూచి యర్జును నట్లే తెలియకుండ,

కొని పోయినది. వాసనా వాసభూమి భోగవతీ భువనము కనుక నం
డి యామెతోఁ గ్రీడించెను. అనాసక్తుఁడగు నితని కామెయే వశపడినది.
విలాసము విజయుని వాసనా వశీకరణమునకు నిదానము. ఆమెకు
రావంతుఁడు పుట్టెను. కర్మవాసనలచేఁ గలుగు ఇలాతత్త్వమే ఇరావం
ఁడు. అర్జునుఁడు వాసనాభోగ లాలసుఁడు కాక చక్షు శ్రోత్ర భువన
న క్రియా దక్షుఁడై దక్షిణ యాత్రాభిముఖుఁడయ్యెను

మత్త్యభావ ప్రభావము వలన మనసుచేఁ గల్పింపఁబడిన పురము
మణిపురము. ఇందనేక రూపచిత్రము లుండును గనుక చిత్రసేనుఁడు
దీనికి రాజు. "చిత్ రాతీతి చిత్రః" - చిత్రమైన యంగము నొసంగునది
చిత్ర + అంగ + ద=చిత్రాంగద. ఈమె చిత్రసేనుని పుత్రిక. మనసు
యొక్క రూపలాలసనుబట్టి విజయుఁడు చిత్రాంగదను వివాహమాడినాఁడు.
ఈమెకు బభ్రువాహనుఁడు పుట్టెను. బభ్రువనఁగా ముంగిస. ఇది సర్ప
విరోధి ప్రాణము కావున కర్మవాసనలను నిర్మూలించు శక్తి కలది. దీని
వహించువాఁడు బభ్రువాహనుడు. చిత్రాంగదా సంపర్కము వలన దివ్య
విభూతికి శుభోదర్కము.

అర్జునుఁడు విపశ్చిన్మార్గమున పశ్చిమ తీరమునఁగల ప్రభాసతీర్థమున
కరిగెను. సౌరబుద్ధి వికాసము ప్రభాసము. దీని ద్వారా వసుదేవసుతుని
దర్శనము ప్రాపించును. అతఁడెచ్చట నున్నాఁడు? శరీరమందే. నవ
ద్వారములు గల శరీరమే ద్వారవతీ పురము. " నవద్వారే పురే దేహీ "
(గీత). ఈ పురవాసియగు నుత్తమ పురుషుని చిత్తమున సందర్శించుటకు
మ + భద్ర త చేకూరును. సముద్రగర్భ స్థితమగు ద్వారకయందు
పారమేష్ఠ్యపదము నధిష్ఠించిన వాసుదేవ కృష్ణుఁడున్నాఁడు. ఇతని చెల్లెలు
సుభద్ర. ఆమెను భద్రముగాఁ జేపట్టుటకే యర్జునుఁడు కపట సన్యాసి
వేషమును ధరించి దేవదేవుని స్మరించెను. నరుని మాయా కపటము
పరులెఱుంగరు కాని పరమాత్ముఁడెఱుఁగును. అర్జునుని బాహ్యవేషమ

కపటమైనది కాని మనస్సు సాత్త్వికమే. భక్తసులభుఁడగు భగవంతుఁడు పార్థుని ప్రార్థన మాలించి స్నేహము గిలించి యాతనిని ద్వారకకుఁ దోడ్కొనిపోయి రైవత కందరమున నుంచెను. పరమేష్ఠి యందలి సౌమ్య ప్రాణమగు యోషా తత్త్వమును వేదపరిభాషలో "రై" యందురు. సూర్యు నుండి యుత్పన్నమగు అయుర్మండలము రయీ యుక్తమగుటచే దీనిని రై + వతము=రైవత సామ మందురు. ఇది గడ్డకట్టిన నీటివలె సూర్యుని నలువైపుల నిండి యుండును. ఇది యమృత మనఁబడును. ఇది ప్రతి యొక ప్రాణి శరీరము నందును ప్రవేశించి దాని స్వరూపము నగపడఁ జేయును. ఆ యీ రైవత సామ వర్ణనము ఛాందోగ్య బ్రాహ్మణమునఁ గలదు. కొందఱు గణిత శాస్త్రజ్ఞులు సూర్యునుండి వెడలు సామరూప తేజస్సు (కాంతి) అత్యంత శీఘ్ర గమనముకలది యందురు కాని వైదిక విజ్ఞానానుసారము సూర్యసామము స్థిరరూపమున నిల్చియుండును. కావున నిది యచలము. వాసుదేవుఁడర్జును నివసింపఁజేసిన రైవత కాచల కందరము హృదయాకాశ గుహయే.

రైవతకోత్సవమునకు యాదవులందఱు నరిగిరి. ఆనాఁడు కాపిల సాంఖ్యము ప్రతిపాదించిన సర్వకర్మసన్యాస లక్షణ జ్ఞాన యోగము విశేషాదరణమునొందియుండుటచే బలదేవాది యాదవు లర్జునుని యతియకా భావించి చాతుర్మాస్యము సేయుట కతని సతిభక్తితో నంతఃపురమునకుఁగొని చనిరి. అభ్యంతరంగపురమున సుభద్రార్జునులు చిత్తజాయత్తమైన చిత్తవృత్తులతో రాగ సాగరమునఁ దోఁగి యాడిరి. వారి శృంగారము కృష్ణు నంగీకారముతో పొంగారినదే. బలభద్రుఁడు భౌతికబల సముద్రుఁడు కావున సుభద్రను కౌరవేశునకుఁ గట్టబెట్టఁ దలఁచినాఁడు. అందువలన వాసుదేవుఁడు బలదేవునంతర్ద్వీపమునకుఁ బంపివైచి యాతఁడెఱుఁగకుండ దేవకీవసుదేవుల యనుమతంబున సుభద్రార్జునుల పరిణయము జరిపించి వారి నింద్రప్రస్థమునకుఁ బంచెను. భగవంతుని సహాయమున్నచో బలభద్రుఁడడ్డు వచ్చి

నను సుభద్రను బొందవచ్చును. పూర్వాపరములు రెండును భద్రముగా నుండవలెఁ గావున పూర్వాభాద్ర – ఉత్తరాభాద్ర యని భాద్రపద విభాగ మేర్పడినది. భద్ర మార్గములో "అహమేవాహం" అను నభిమానము (అభిమన్యువు) కలుగును. ఇదే అభిమన్యుఁడు. ఇతఁడు పండితమ్మన్యుఁడుకాని పండితుడు కాడు. "స్వయంధీరాః పండితమ్మన్యమానాః" అను వాక్యమున కితఁడు లక్ష్యభూతుఁడు. ఇఁక ద్రౌపదికిఁ బుట్టిన యుపపాండవులు మనస్సునందుఁబుట్టు దైనందిన ఉపవృత్తులే ।

అర్జునుఁడు తీర్థయాత్రలో వివాహమాడిన నాగేంద్రుని పుత్రిక యగు నులూచియు – మణిపూరు రాజపుత్రికయగు చిత్రాంగదయు – శ్రీకృష్ణుని చెల్లెలగు సుభద్రయు వరుసగా పాతాళ - మర్త్య - దేవ లోకములకుఁ జెందిన కన్యక లగుట గమనింపఁదగినది.

31. ఖాండవ దహనము

తొల్లి శ్వేతకియను రాజర్షి యీశ్వర ప్రసాదమున దుర్వాసుని ఋత్విజుగాఁ బడసి శతవార్షిక సత్త్రయాగమొనర్చెను. అయ్యాగమున నాతఁడు చేసిన నిరంతర ఘృతధారాహుతి కారణమున నగ్నిదేవున కగ్ని మాంద్యమేర్పడెను. హవ్యవాహనుఁడు తన వ్యాధి బాధను విధాతృనకు నివేదింపఁగా నతఁడు దివ్యౌషధయుక్తమయిన ఖాండవ వనమును భక్షింపుమనెను. రాజపుటానా యందలి జయపూరు రాజ్యములో నున్న "ఖండా" రన్నదే ఆనాఁటి ఖాండవము. అగ్ని దానిని దహింప దొరఁకొనెను. ఇంద్ర సఖుఁడయిన తక్షక కుండలీంద్రుఁడందుండుటచే నాఖండలుఁ డఖండ వృష్టి గురియించి ఖాండవము రక్షించుచుండెను. విపిన దాహమున విఫల ప్రయత్నుఁడైన వీతిహోత్రుఁడు విధికృపకు వేచియుండెను.

కృష్ణార్జునులు గ్రీష్మ విహారమున కచ్చటికి విచ్చేసిరి. అనలుఁడు తనకు వనభోజనము ననుగ్రహింపుఁడని వారల నాశ్రయించెను. వారు మఘవుని మేఘ సంఘాత విఘాతములను మార్కొనుటకుఁ దమయొద్ద నాయుధములు లేని వెలితిని వెలిపుచ్చిరి. అంటరాని వేలుపు వెంటనే వరుణుని దలంచి బ్రహ్మ నిర్మితమైన గాండీవమను ధనుస్సును, అక్షయ బాణ తూణీరములను, గంధర్వ హయంబులఁ బూనిన దివ్య రథంబును అర్జునున కిప్పించెను; మఱియు సుదర్శనమను చక్రమును కౌమోదకి యను గదయును వాసుదేవున కిప్పించెను. ఆయుధములు ధరించి కృష్ణార్జునులు సురాసురులనైన జయింతుమని నిలచిరి. అగ్నిదేవుఁడు వాయుదేవుని సహాయముగొని ప్రళయ కాలాభీలమయిన తేజోరూపముతో జ్వాలా జిహ్వాలు సాఁచి ఖాండవ మేర్చుచుండెను. అందలి సెగలు పొగలఁ దగుల్కొని యనేకానేక జీవరాసులు విగతాసువులయ్యెను. తక్షకుఁడు మాత్ర మందుండి కురుక్షేత్రమునకు తప్పించుకొనిపోయెను. ఇంద్రుఁడు సురగణ పరివృతుడై వచ్చి యుఱుములు మెఱుములతోఁ బిడుగులు గుప్పించుచు కుంభవృష్టి గురియించెను. విజయుఁడు మారుతాస్త్రమున

మబ్బుల విరియించి శరవర్షమున సురల ముంచెత్తెను. ఇంద్రుఁడు కృష్ణార్జునులను నరనారాయణులుగా నెఱింగి వారి సఖ్యమునకు మెచ్చి యర్జునునకు నాగ్నేయ వారుణ వాయువ్యాది దివ్యబాణము లిచ్చి సుర గణములతో మరలెను. ఖాండవ దహన సమయమున నందుండి వెలువడ నేరక మయుఁడను దనుజుఁడు పార్థుని శరణొందెను. అర్జునుఁడు శ్రీకృష్ణు నాదేశమున మయుని రక్షించి యింద్రప్రస్థపురమునకుఁ దోడ్కొనిపోయెను.

వ్యాఖ్య:- వషట్కార విజ్ఞానానుసారము 17 మొదలు 25 వ స్తోమము వరకు గల సూర్య సంస్థానము సవాహయజ్ఞముచే నిత్యప్రకాశవంతముగ నుండును గనుక నిది శ్వేతద్వీప మనఁబడును. ఇందలి యజ్ఞ విష్ణువును సత్యనారాయణుఁడందురు. ఇతఁడు తెల్లనివాఁడు. శ్వేతద్వీప నివాసియగు శ్వేతమూర్తియే శ్వేతకి. పారమేష్ఠ్య సోమము సౌరాగ్ని యందు నిరంతరముగ హోమమగు చుండును గనుక నితఁడనవరత యజన శీలుఁడు. మన యాత్మ సత్తకు సూర్యుఁడే ప్రతిష్ఠ. "సూర్య ఆత్మా జగతస్తస్థుషశ్చ" అని శ్రుతి. సౌరప్రాణము ఆయుస్స్వరూపము నొంది యాత్మకుఁ బ్రతిష్ఠ యగును. ఎట్లన: సూర్యుఁడు ఖగోళ మధ్యమున బృహతీ ఛందస్సు నందున్నాఁడు. నవాక్షర యగు బృహతికి నాలుగు చరణములు కనుక $9 \times 4 = 36$ అక్షరములుండును. సూర్యుఁడు సహస్రాంశు వగుట వలన $36 \times 1000 = 36000$ ఆయుస్సూత్రములగును. ఇవి దినమున కొక్కొక్క సూత్రము చొప్పున 36000 దినములలో భుక్తమగును. దీనినిబట్టి మనుజుని ఆయువు నూఱేండ్లగును. శతమానంబగు నాయుష్టోమము వలన మన యాత్మ స్వరూపము సంపన్నమగుచున్నది. సత్ = ఆత్మను; త్ర = రక్షించునది కనుక దీనిని సత్త్రియాగమందురు. శ్వేతకి చేసిన శతవార్షిక సత్త్రియాగ మిదియే. యాగసంబంధము వలన నగు ఆత్మసృష్టి, వాసనావాసిత మగుటచే దీనికి దుర్వాసుఁ డార్త్విజ్యము వహించెను.

అఖండమగు బ్రహ్మాండమున జరుగు యజ్ఞమువందు వాయు విక్షేపణము వలన నగ్ని భిన్న భిన్న ఖండములుగా వెలువడి భిన్న భిన్న సోమావరణములంగొని భిన్న భిన్న జీవులుగా నుత్పన్నమగును. అఖండ

మగు బ్రహ్మవనమునుండి జీవరూపమున వెలువడిన యీ ఖండభావమే ఖాండవ వనము. సౌరయజ్ఞమున నగ్నికి సోమావరణము అధికాధికము కాగా జీవసర్గమున చేతనా వికాసము రాను రాను మందగించి జడత్వము ప్రాపించును. అగ్నిదేవున కేర్పడిన యగ్ని మాంద్యమిదియే. బ్రహ్మజ్ఞానము వలనఁగాని భవరోగము నివారణముకాదు. కావున హుతాశనుఁడు పితామహునికడకేగి తన యనామయస్థితి చెప్పికొనెను. ఖండభావముచేఁ గలిగిన బుద్ధి జాడ్యమునకు ఖాండవ దహనమే దివ్య చికిత్సయని యఖండజ్ఞాని యగు బ్రహ్మదేవుఁడు తెలిపెను. " తక్షాతనూ కరణే " అను నిరుక్తింబట్టి తక్షకుఁడు జీవుని ఖండరూపమును చెక్కు వడ్రంగి కావున ఖాండవ వనము నందున్నాఁడు. ఇతఁడింద్ర సఖుఁడు. దేహాభిమానము వలన జీవాత్మయగు నింద్రుఁడు తన యింద్రియ పరివారముతో ఖండభావమును రక్షించుకొనుచుండును. జ్ఞానాగ్నిచే ఖండభావమును దహింపఁజేసి యఖండ తత్త్వమును బొందఁ గలుగుట దైవబల సంపన్నుఁడగు మనుష్యునకే కాని యితర జీవులకు సాధ్యము కాదు.

" నదేహోనచ జీవాత్మానేంద్రియాణి పరంతప
మన ఏవ మనుష్యాణాం కారణం బంధమోక్షయోః" (గీత)

ఖాండవ దహనము అంతటి కష్టమయిన విషయము కనుకనే నరనారాయణులగు కృష్ణార్జునులు దీనికి నడుముకట్టి నిలచిరి. అగ్ని యిందుల కవసరమగు సామగ్రిని వారల కమర్చెను. అర్జునుని గాండీవము బ్రహ్మనిర్మితమైనది. గండమనగా గణుపు; వెన్నుపూస. మేరుదండము (వెన్నెముక) గండములతో నిర్మింపఁబడినది కావున గాండీవ మనఁబడును. దీనికి బ్రహ్మదండియని పేరు. బ్రహ్మరంధ్రము ద్వారా సూర్యుని భేదించుకొని పోవు దివ్యశక్తి దీనియందు గలదు. అంతరిక్ష గమన యోగ్యములగు నంతరింద్రియములే గంధర్వ హయములు. వీనిని బూని యఖండ విజయము నొందు సూక్ష్మ శరీరమే అతిరథుఁడయిన యర్జునుఁ డధిరోహించిన దివ్యరథము. కృష్ణుడు ధరించిన విష్ణుచక్రము విశ్వచక్రమేః సృష్టిచక్ర పరివర్తన క్రమమును భగవంతుఁడిట్లు స్పష్టీకరించెను.

"అన్నాద్భవంతి భూతాని పర్జన్యాదన్న సంభవః
యజ్ఞాద్భవతి పర్జన్యః యజ్ఞః కర్మసముద్భవః
కర్మ బ్రహ్మోద్భవం విద్ధి బ్రహ్మాక్షర సముద్భవమ్
తస్మాత్సర్వగతం బ్రహ్మనిత్యం యజ్ఞే ప్రతిష్ఠితమ్
ఏవం ప్రవర్తితం చక్రం నానువర్తయతీహయః
అఘాయు రింద్రియా రామో మోఘం పార్థ సజీవతి"

(గీత 3 అ.)

విశ్వచక్రము

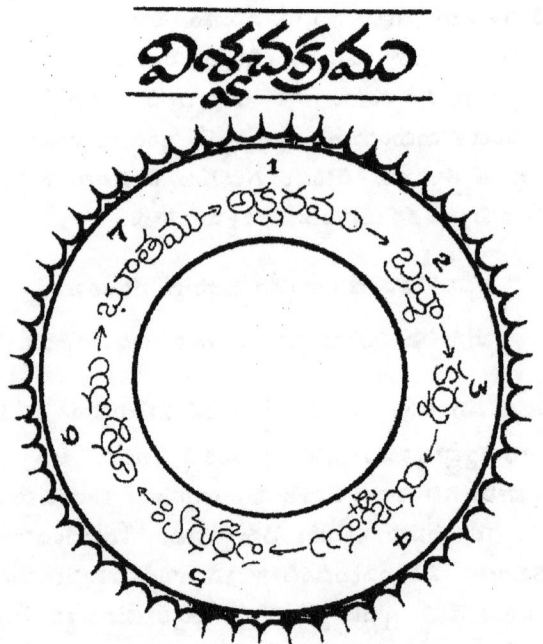

1. అక్షరము 2. బ్రహ్మ 3. కర్మ 4. యజ్ఞము 5. పర్జన్యః 6. అన్నమ్ 7. భూతములు, సర్వమును. "సహస్రాంపై సంపూర్ణః" అనుటంబట్టి దీనిని వేయంచుల వాలు అందురు. ఆ యీ సృష్టి చక్రమునందు సర్వగతుం డయిన యఖండ బ్రహ్మ స్వరూపమును జూచుట ము + దర్శనము =

మంచి చూపు కనుక విష్ణుచక్రమునకు సుదర్శనమని పేరు. సమదర్శనమునకు సుదర్శనము విదర్శనము. ఇంద్రియ భోగాసక్తులు దీనిని దర్శింపఁజాలరు. ఇది ధర్మచక్రము కావున దుష్ట శిక్షణమును, శిష్టరక్షణమును జేయును సమదర్శనము సదా ముదావహము. కౌమోదకీ గదా నిదానమిదే. కు=భూమికి, మోదకి=మోదము కలిగించునది కౌమోదకి. అమోఘమైన యిట్టి సాధన సంపత్తి వలన ఖండ భావము తొలఁగును. ఇందులకు సంస్కారము తోడ్పడును. అఖండ మహిమాన్వితములగు నాయుధములను ధరించి కృష్ణార్జునులు ఖాండవ దహనమున నుద్యమించిరి. అగ్నిదేవునకు వాయుదేవుఁడు తోడయ్యెను. వెంటనే మంటలు మింటి నంటెను. ఖాండవమునఁ జిక్కుకొనిన కర్మజీవులెల్ల మంటలలో బడి మడిసెను. తక్షకుఁడు కర్మరంగమున జీవరూపములను జెక్కు 'త్వష్టా' ప్రాణము కనుక నందుండి కురుక్షేత్రమునకుఁ దప్పించుకొని పోయెను. ఖాండవము నకాండ ప్రళయమునుండి రక్షించుటకు శతమఖుఁడు శతవిధముల ప్రయత్నించి విఫలుఁడై విధివిధానము తప్పదని వెడలిపోయినాడు. ఖాండవ దహన కాండమునుండి తప్పింపఁబడినవాఁడు మయుఁడొకఁడు. అసురులలో మయ-వృత్ర-నముచి-బల-తారక-విద్యున్మాలి-కిలాత-అకులీ మొదలగుజాతులు ప్రముఖములు. అసుర త్రిలోకికిఁజెందిన ఈజిప్టునందుండు మయ జాతి అప్పటి సభ్యజాతి. వారు శిల్ప - జ్యోతిష విద్యలందసమాన ప్రజ్ఞ గలవారు. వరాహ మిహిరుఁడు మయాసురునుండి జ్యోతిషము నేర్చెను, మన ప్రస్తుత జ్యోతిర్విద్య మయజాతి కృపాఫలమే. వేదమునందు లేని మన శని రవి సోమాది వార వ్యవహారమే యిందుల కుదాహరణము. మయజాతి శిల్పకళా చాతురీభాగ్య విధాత. ఈ విద్వత్కారణమున దీనికి భారత వర్ష సంబంధ మెక్కువగా నుండెను. అందువలనఁ గొందఱు మయ జాతి వారు యూనాను విడచి భారతవర్షమందలి ఖాండవ వనమునఁ గాపుర ముండిరి, దీని దహన సమయమున నర్జునుఁడు వీరిని తప్పించి రక్షించెను.

అనుబంధములు

A GLIMPSE OF THE MAHABHARATHA

A critical view expressed by SRI S. T. V. SRINIVASA_ CHARYULU OF PENTAPADU, West Godavari Dt., Andhra Pradesh, India to Dr. John D. Smith, Prof. of Cambridge University, London, England on 26-11-1981.

*　　*　　*

From the advent of man on earth, he is seeking to know what the creation is, when it was done, How it was done, How far it will go, where it ends. Man is a part and parcel of The Universal creation. Hence the end and aim of man is to know the creator of the Universe and attain perfection. To achieve this purpose, the Indian Sages embodied the entire knowledge in the form of Vedas. Etimologically, the word Veda is derived from the root "Vid" which means "to know". There are three definitions involved in the word Veda.

(1) 'Vidyate' = to be (the existence of self and the world = Sath)

(2) 'Vetti' = to know (to know the world and the self = Chith)

(3) Vindati = to Obtain (Experience of eternal bliss = Ananda).

Thus the Vedas are an embodiment of complete knowledge pertaining to the Universe, the self (I), and the creator. (The evidence of His° existence is a saperate topic to be dealt with.)

All the things in the Universe either individually or wholly are the embodiments of Veda. The Veda is not a book of Sanskrirt literature but it is a matter with which the Universe is composed of. It is divided into four kinds

(1) Rigveda — It deals with **The Shape** which is moulded by the element of fire.

(2) Yajurveda = It deals with **life** which concerns with the elment of wind.

(3) Samaveda = It deals with the distant vision which concerns with the element of light.

(4) Adharvana Veda = It deals with Matter i. e., the substance of the thing, which is composed of the element of water.

Thus every thing is a Veda The ancient Sages of India investigated the basic elements of creation and expressed the Universal knowledge in the shape of words in Sanskrit language. It is very difficult to explain the exact meaning of Vedic terminology with synonimous terms in any other language. But some how let us try to understand its idea as far as possible.

The above four Vedas apply to the Universe which consists of five zones.

1. The earth 2. The Moon 3 The Sun 4 The Paramesti and 5. The Swayambhu.

The-fourth and fifth planes are invisible. By the combination of the extracts of the earth and the Sun, all the living beings are-produced among which man is the highest product. Man is a Part of the Almighty. As such the quality of the whole must be in its part also, though the quantity differs. Gods abode is the greatest universe. While man's abode is the small body. Whatever is there in the Universe is in our body also. If we tally the organs of our body with the organs of the universe, we will experience the divine feeling in us as well as in the world.

Vyasa wrote the Mahabharatha to explain the meaning of the Vedas. So it is well known as "Panchama Veda". The utility of the Mahabharatha is to get victory of the Soul. So it is titled as "Jaya Grandha". It is intended for man since he only

can realise the creator of the univer
with Him. So the subject matter of the Mahabharatha applies to
each and every man on earth irrespective of caste – creed-religion
or race. All the characters in the Mahabharatha depict the mental
features of human entity. It is History. (His + Story=History).
He = God or Man. Which applies to past - present - and future
as well. This meaning is conveyed by the term 'Ithi-Ha- Asa' =
Ithihasa (Epic). It occurs in all times. It is to be understood
mainly in three aspects namely :-

    1.   Materialistic aspect

    2.   Spiritual aspect and

    3.   Divine aspect

As per the materialistic aspect, the story of the Mahabha-
ratha occurred in the past about 6,000 (Six thousand) years ago.
As per the spiritual aspect it occurs in every man at present. And
as per the Divine aspect it occurs in the Universe always. In
addition to these three aspects, there is a Mythelogical aspect
created by the author to explain supernatural powers. Every man
who wants to know what he is, must read, the Mahabharatha
since it deals with the composition of man. Even the very minute
character of the Mahabharatha, will coincide with our inner
features. But it will be too elaborate to explain everything in
this short glimpse.

The Mahabharatha is the history of man. All the living
beings originate from the Solar region. So the Mahabharatha,
the man's history begins from 'Kasyapa' the divine person of the
Solar region. The 'Jeeva' comes through rain and enters into the
Plants on earth. They become food to man.

The food eaten by man will go to the stomach for diges-
tion. The digestive fire is called "Bharatha', since it bears food.
The vessel shaped stomach in which the food falls is called
'Drona'. By the chemical actions of the fire, the food changes

into various forms like blood, skin, bones, flesh, sperm etc., and finally assumes the subtle form of mind. (Manassu). This Manassu is Manushya, Nara or Arjuna. The place where food melts into liquid, is called "Dru - Pada" = Drupada. Drowpadi, his daughter is the power of mind. As such she is married to Arjuna. Arjuna means white i. e , puremind).

The author of the Mahabharatha is Vyasa. Vyasa means the Vertebralcolumn in the humanbody. The five Pandavas are the functions of the mind The power of mind is distributed to other sensitive organs. As such Drowpadi has become the wife of five brothers. Arjuna is the main character among Pandavas, because the mind is the main factor for the functions of other organs Dharmaja, Bheema, Nakula and Sahadev are nothing but the features of mind. Dharmaja is the nature of sensitive organs. The anger of mind against the adverse occurances is Bheema. Nakula is the mental state which is not limited to any cult. Such a broad minded man behaves equally with God. The man equal to God is called 'Saha - Deva'.

There is another important character Karna. Karna means ear. It is the organ of sound. 'Sound is light'. The Sun is the source of light. The Sun light itself is his sound. So Karna is the son of the Sun. The sound is produced by the action of air in the water The material body is created by the water. So Karna is placed in a box (body) and left in the Ganges Water. The human body is Asura. So Karna went to the Asura (Kourava) side. He is made the king of Anga because the ear is only one anga (organ) of the body. The ear does not hear good preaching since it is more attracted by worldly things. So is the case with Karna. Kunthi, the mother of Pandavas is Prakrithi (Nature).

Dhrutharashtra is the Jeeva. 2. Dhritha = to bear 1. rashtra = body. The jeeva forgets his divine knowledge when he enters into hnman body. So Dhritharashtra is blind by birth. All his sons are bred with material outlook. There are hundred and one main nerves in the human body. These nerves with impure blood represent the Kouravas and their bad actions. Their very names indicate their bad qualities.

The mind has two aspects i. e , the good and the bad. The virtual side of mind is Pondavas. The bad aspect of the mind is Kouravas. As both the aspects are produced from food, Drona = the Vessel which beares the food becomes Guru to Pandavas as well as Kouravas. The internal conflict between good and bad ideas of mind is natural to every man, since the creation of man is a mixture of good and bad qualities. The good aspect of mind is Arjuna as his mind is pure.

God manifests where two contradictions meet. So Lord Krishna appears with his Universal shape in the middle of opposite parties which met in 'Kurukshetra' (Heart). By the divine help, man conquers the evil spirits in him and attains heavenly kingdom. The good spirit of the man i. e., 'Dharma' alone can reach heaven from where it comes to human birth on earth.

This idealistic theme is depicted in the eighteen Parvas (Chapters) of the Mahabharatha.

I Chapter = Adiparva acquaints us with various concepts of mind and body by enumerating the births of various persons.

II Chapter = Sabhaparva .- It deals with the development of brain (Cereb. llum and sensitive organs).

III Chapter - Aranyaparva :- It deals with the devotion of man to obtain divine powers.

IV Chapter - Virataparva :- Devotion to know the world in self disguise.

V Chapter - Udyogaparva :- Trails for the success of soul.

VI to XI War Chapters – Bheeshma, Drona, Karna, Salya and Sowpthikaparvas. These persons who perished in the War indicate the main parts of the material body.

After the evil spirits are conquered the female chapter (Sthri Parva) comes. A man must be very careful in female affairs to achieve life's end. So this chapter is treated as a separate entity. In the end, the man has to perform, some ceremonies with 'Sraddha Principles'. Then he attains peace of mind. (Santhi Parva). He knows the Universal laws and renounces every attachment. All the characteristic features of the mind will perish. Only his 'Dharma' reaches Heaven. The Mahabharatha begins from man's coming from heaven to human birth and ends with his going back to heaven from where he came

The historical and literary aspects of the Mahabharatha are dealt with in so many ways by various critics. But their outlook is external only. The real heart of the author which lies hidden in the inner spirit of the Mahabharatha has not come to light till now. The new interpretation which I have exposed in this glimpse, is brought traditionally by my Guru "Anusrutha Vaignanika' Sri Challa Krishna Murthy Sastry of Matlapalem West Godavari District and his Guru 'Vidyavachaspathi', 'Sameeksha Chakravarthi' Sri Madhusudhan Oza Jaipur Asthan Pandit o Rajasthan, India.

This new interpretation is based on the authority of Vedas of which the Mahabharatha is an off shoot.

26-11-1981   Sd./- S. T. V. SRINIVASACHARYULU

2. విద్వజ్జన స్పందన

1. డా॥ దివాకర్ల వెంకటావధాని – హైదరాబాదు.

శ్రీవివాసాచార్యులు గారు ఎన్నో వేదాంత విషయములను, వైదిక విషయములను తెలిసికొని ఆధ్యాత్మిక విజ్ఞాన సంపన్నులైరి. వేదము లందలి విషయములను భారత భాగవతాదులందంతర్గతములైన యాధ్యాత్మిక విషయములను లోకమునకు వెల్లడించు ప్రయత్నమందే జీవితమును వెళ్ల బుచ్చిరి. దైవము వారి ప్రయత్నముల ఫలమాంధ్రులు సంపూర్ణముగా పొందకుండ చేసినది. ఆయన కీర్తిశేషులైన వార్త విని దిగ్భ్రాంతి చెందితిని.

2. డా॥ దాశరథి - హైదరాబాదు

పుణ్యమూర్తి, మహా విద్వాంసులైన మీ పితృపాదులు పరమపదిం చారన్న వార్త కలతపరచింది. అశ్రుపూరిత నయనాలతో అంజలి ఘటిస్తున్నాను.

3. 'తత్త్వార్థ ప్రబోధక' డా॥ వేదుల సూర్యనారాయణ శర్మ
హైదరాబాదు

మీ తండ్రి గారిని కలిసాక ఆయన మహాజ్ఞాని, శాస్త్రజ్ఞులు, తపస్వి గొప్ప మేధావి, సమర్థులు అనిపించింది. వారు పరమ వేదాంతనిష్ఠులై జీవితం గడిపినారు. వారి జీవితం ధన్యం. వారు లేనిలోటు లోకానికే. అయినంతవరకు వారి భారత రచన వెలువరించుట తక్షణ కర్తవ్యం.

4. 'వేదాంత పారీణ' పండిత ఓరుగంటి నీలకంఠశాస్త్రి గారు –గుంటూరు

శ్రీవివాసాచార్యుల వారు ఉత్తమ విద్వాంసులు. ఎన్నో విషయము లను అపారముగ తెలిసినవారు. అట్టివారు పరమపదించుట విద్వల్లోకము నకు తీరనిలోటు.

5. డా॥ నండూరి రామకృష్ణమాచార్య - హైదరాబాదు

ఆయన అనుష్ఠాన వేదాంతి. జీవన్ముక్తుడు. మేటి మేధావులలో మేరు శిఖరి. అతిలోక తేజస్వి. ఆయన చేసిన ఏకాంత తపస్సు వృథా కాదు. ఆయనతో నేను గడిపిన కొన్ని ఘడియలు నేను విశ్వవిద్యాలయములో గడిపిన నెలల కంటె విలువైనవి.

6. శ్రీ భారతం శ్రీమన్నారాయణ - సంస్కృతకళాశాలాధ్యక్షులు
భీమవరం

భారతీయ తత్త్వసారము మూర్తిగా నవతరించిన మహావ్యక్తి శ్రీ శ్రీనివాసాచార్యులుగారు.

7. శ్రీ వాజపేయయాజుల కృష్ణమూర్తి - రాజమండ్రి

తిరుమల శ్రీనివాస గురుదేవుడు కారణజన్ముడై నిరం
తర పరతత్త్వచింతనల నాగళయాను మహత్వమంది, దు
ర్భరభవచక్ర బాధ వెడబాసి యనంత కలావిలాసుఁడై
"తిరుమల శ్రీనివాసుడుగ" తేజరిలారవి చంద్ర తారమున్.

8. శ్రీ యల్. వి. సుబ్రహ్మణ్యం - ప్రిన్సిపాల్, సంస్కృతకళాశాల
పాలకొల్లు

ఆయన జీవన్ముక్తులు, ముక్తసంగులు, మహాపురుషులు.

9. శ్రీలొల్లా కృష్ణావధాని – హైదరాబాదు

గురుతేజోయుతమూర్తి-జ్ఞానమయుడున్-గుంభీశతుల్యుండు భూ
సుర వర్యాగ్రణి - పూరుషోత్తముడు - వశ్యుండాత్మ శిష్యాళి-కీ
శ్వర కర్ముండు మహానుభావుడగు విశ్వప్రీతి పాత్రున్ - జగ
ద్గురుడై వెల్గెడి శ్రీనివాస ఋషినిన్ గొల్తున్ మదిన్ భక్తితో.

10. శ్రీ గుంటూరు శేషేంద్రశర్మ - హైదరాబాదు

ఒక విజ్ఞానసాగరం ఇంకిపోయింది.

11. ప్రొఫెసర్ యస్వీ జోగారావు - వాల్తేరు

మీ తండ్రి గారు లేని లోటు మనకు తీరేదికాదు.

12. శ్రీ ఇంద్రగంటి హనుమచ్ఛాస్త్రి – కావలి

భౌతికంగా మీ తండ్రి గారు కనిపించకపోయినా మీ మనస్సు లః పైన నిత్యనివాసులే.

13. శ్రీ రామడుగు వెంకటేశ్వరశర్మ – భీమవరం

మానవ నిజతత్త్వమె 'జయ
మౌనము ఆవ్యాప హృదయ మంతర్ముఖమై
లోనరసి పలికెంగద పై
జ్ఞానికగతి 'శ్రీనివాస' సద్బుధుఁడెలమిన్ ॥

14. 'భారతాచార్య' డా॥ జొన్నలగడ్డ మృత్యుంజయరావు,

M. A., P.h. D రాజమం

శ్రీమత్తిరుమల జలనిధి
సోముఁడుదారుఁడు కవిత్వ శోభితవిద్వ
త్ప్రమహితుఁడు శ్రుతివిషయా
సామాన్యుడు శ్రీనివాసు సంస్మరియింతున్

సతత సమర్హణీయుఁడగు సాత్వవతేయుడు చేసిపెట్టి భా
రతమున సత్కథాతతకి శ్రౌతసమంచితమైన యర్థమున్
స్తుతమతిఁజెప్పి పండితులతోషముఁగూర్చిన శ్రీనివాస భా
రతికివె మత్ప్రణామములు ప్రాంచదనూన మహో వికాసి[illegible].

15. శ్రీ ఆచార్యతిరుమల - హైదరాబాదు

భారతగర్వ వేదముల ప్రాభవమున్ ఎఱుగంగ జెప్పరె
వ్వారును మున్నటంచు, భగవద్గురులబ్ధమహార్థతత్త్వమున్
సారమతిన్ వచించితివి ఛాత్రులకున్. నినువంటిదివ్యుఁడీ
ధారుణిఁగానరాఁడుగద తండ్రి ! మహాపురుషుండవీవహో !

వేద విద్యలలోని విజ్ఞాన శాస్త్రాలు
సప్రమాణంబుగా చాటినావు
ఈరేడు భువనాల నేకసూత్రంబుతో
బంధించి ధ్యానంబు సల్పినావు
దేవాది దేవుని దివ్యావతారాలు
దర్శించి యనుభూతిఁదనరినావు
సర్వజనాళికి "సౌభాగ్య" మన్నని
పరిపూర్ణ హృదయానఁబల్కినావు

నీవు విలువెల్ల విద్యుత్తు. నీకులేదు
నీడ. నీచూపు సోకిన నీచుడైన
ప్రజ్ఞతోవెల్గె. నినుగూర్చి పల్కుటన్న
శక్యమే నాకయోగ్యుండ. శక్తిలేదు

—"పితృస్మరణ" కావ్యము నుండి.

16 శ్రీ వడలి మందేశ్వరరావు — ప్రిన్సిపాల్ కాంచనబాగ్

మీనాన్న గారు నాకెంతో ఆప్తులు. దేశం ఒక గొప్ప కవిని, ఒక అంతర్ముఖుణ్ణి కోల్పోయింది.

ఇలా ఇంకా ఎందరెందరో పండితులు, కవులు, ఆప్తులు, ఆయన మరణించినప్పుడు తమ ప్రగాఢ సంతాపాన్ని, అభిమానాన్ని తెలియజేసారు. అందరికీ మా వినయపూర్వక కృతజ్ఞతలు తెలియజేసుకుంటున్నాము.

ఇట్లు
ప్రకాశకులు

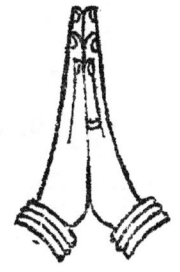

3. కర్తృవంశాదికము

గ్రంథకర్తనామధేయము	....	వేంకట శ్రీనివాసాచార్యులు
వంశము	....	శ్రీమత్ తిరుమల
గోత్రము	....	శఠమర్షణ
తాతగారు	....	శ్రీమాన్ దేశికాచార్యస్వామి
తల్లి	....	శ్రీమతి చూడమ్మ
తండ్రి	....	శ్రీమాన్ రాఘవాచార్యులు సంస్కృతాంధ్రాంగ్లభాషాకోవిదులు ఆయుర్వేద విద్వద్వ రేణ్యులు. రాఘవ వేంకటేశ్వర శతక, వేశ్యా మృత, భీష్మసంభవాది బహు కావ్యనిర్మాతలు.
జననము	....	ది. 15-12-1919.
జన్మస్థలి	....	పెదఅవుటపల్లి (కృష్ణాజిల్లా)
విద్యాభ్యాసము	....	పిఠాపురం, కాకినాడ (బి. ఏ. పట్టభద్రులు)
స్వగ్రామం	....	పెంటపాడు, ప॥ గో॥ జిల్లా
ప్రవృత్తి	....	భగవత్తత్త్వ చింతనము
గురువు	....	"అనుశ్రుత వైజ్ఞానిక" బ్రహ్మశ్రీ చల్లా కృష్ణమూర్తి శాస్త్రి, మట్ల పాలెం, ప॥ గో॥ జిల్లా
ధర్మపత్ని	....	శ్రీమత్తిరుమల సుగుణావతి

www.ingramcontent.com/pod-product-compliance
Lightning Source LLC
LaVergne TN
LVHW020118220825
819277LV00036B/495
* 9 7 8 1 0 2 1 4 3 9 7 8 9 *